വിദ്യാർഥികളെയും
യുവാക്കളെയും പറ്റി

vidyardhikaleyum yuvaakkaleyum patti

•

e m s

•

first edition
october 2009

•

second edition
june 2013

•

typesetting
anakha, thiruvananthapuram

•

published
chintha publishers, thiruvananthapuram

•

•

cover
magic wand

•

വിതരണം

ദേശാഭിമാനി ബുക്ക് ഹൗസ്

H O തിരുവനന്തപുരം-695 035
www.chinthapublishers.com
chinthapublishers@gmail.com

ബ്രാഞ്ചുകൾ

ഹെഡ്ഡാഫീസ് ബ്രാഞ്ച് കുന്നുകുഴി • ഓവർബ്രിഡ്ജ് തിരുവനന്തപുരം • കെ എസ് ആർ ടി സി ബസ് സ്റ്റേഷൻ ആലപ്പുഴ • കെ എസ് ആർ ടി സി ബസ് സ്റ്റേഷൻ എറണാകുളം • മച്ചിങ്ങൽ ലെയ്ൻ തൃശൂർ • ഐ ജി റോഡ് കോഴിക്കോട് • മാവൂർ റോഡ് കോഴിക്കോട് • എൻ ജി ഒ യൂണിയൻ ബിൽഡിങ് കണ്ണൂർ • സെൻട്രൽ ബസ് ടെർമിനൽ കോംപ്ലക്സ് താവക്കര കണ്ണൂർ

CR - 1310 / 3255

വിദ്യാർഥികളെയും യുവാക്കളെയും പറ്റി

ഇ എം എസ്

ചിന്ത പബ്ലിഷേഴ്സ്
തിരുവനന്തപുരം-695 035

ഉള്ളടക്കം

പ്രസാധകക്കുറിപ്പ്

ഇ എം എസിന്റെ ജന്മശതാബ്ദിയോടനുബന്ധിച്ച് ഞങ്ങൾ പുറത്തിറക്കുന്ന പത്ത് പുസ്തകങ്ങളിൽ ഒന്നാണിത്.

തൊഴിലാളിവർഗ രാഷ്ട്രീയത്തിന്റെ പ്രത്യയശാസ്ത്രഭൂമിക യിൽനിന്നുകൊണ്ട്, വിദ്യാർഥിരാഷ്ട്രീയത്തിന്റെ വിവിധ പ്രശ്നങ്ങളെ വിശകലനം ചെയ്യുന്ന ഇ എം എസിന്റെ നിരീ ക്ഷണങ്ങൾ ഇവിടെ പുനഃപ്രസിദ്ധീകരിക്കുകയാണ്. അരാഷ്ട്രീയവാദികളും ആഗോളമുതലാളിത്ത ശക്തികളും കലാലയങ്ങളെ രാഷ്ട്രീയ 'വിമുക്ത'മാക്കാൻ കിണഞ്ഞുശ്ര മിക്കുന്ന ഇക്കാലത്ത്, ഇ എം എസിന്റെ നിരീക്ഷണങ്ങൾക്ക് പ്രസക്തി വർധിക്കുകയാണ്. തെളിഞ്ഞ ചരിത്രബോധവും ശാസ്ത്രീയമാനവികദർശനവും ഒളിചിതരുന്ന ഇതിലെ ആശയങ്ങൾ, വിദ്യാർഥി-യുവജനപ്രസ്ഥാനങ്ങൾക്ക് വിശേ ഷിച്ചും മാർഗദർശനം നൽകുന്നവയാണ്.

1

വിദ്യാർഥിരാഷ്ട്രീയം: മിഥ്യയും സത്യവും

ബൂർഷ്വാ മാധ്യമങ്ങൾ പ്രചാരം നൽകിയ ഒരു പദമാണ് 'വിദ്യാർഥി രാഷ്ട്രീയം.' അതിന് അവർ നൽകുന്ന ഭാഷ്യം വിവിധ വിദ്യാർഥി സംഘ ടനകൾ തമ്മിൽ കത്തിക്കുത്തും കൊലപാതകവും നടക്കുന്നുവെന്നാ ണ്. അതവസാനിപ്പിക്കുന്നതിന് സ്കൂളുകളിലും കോളേജുകളിലും സർവ കലാശാലകളിലും എസ് എഫ് ഐ പോലുള്ള വിദ്യാർഥി സംഘടന കളെ നിരോധിക്കണമെന്നും അവർ ആവശ്യപ്പെടുന്നു. അവരിൽ ചിലർ സ്കൂളുകളിലും കോളേജുകളിലും സർവകലാശാലകളിലും തിരഞ്ഞെ ടുപ്പുകൾ നടത്തുന്നതുപോലും അവസാനിപ്പിക്കണമെന്ന് ആവശ്യപ്പെട്ടി രിക്കുന്നു.

എന്നാൽ, ഇതിൽനിന്ന് വ്യത്യസ്തമായ ഒരു വിദ്യാർഥിരാഷ്ട്രീയം ഉണ്ടെന്ന് ഈയിടെ തിരുവനന്തപുരത്ത് നടന്ന എസ് എഫ് ഐയുടെ ദേശീയ സമ്മേളനം വ്യക്തമാക്കി. വിദ്യാർഥികളല്ലാത്ത ജനവിഭാഗങ്ങളെ അലട്ടുന്ന എല്ലാ പ്രശ്നങ്ങളും വിദ്യാർഥികളെയും അലട്ടുന്നുണ്ട്; അവ യ്ക്ക് പരിഹാരം കാണാൻ മറ്റുള്ളവരെപ്പോലെ വിദ്യാർഥികളും ശ്രമിക്കു ന്നുണ്ട്.

നരസിംഹറാവു ഗവൺമെന്റിന്റെ സാമ്പത്തിക നയങ്ങളുടെ ഫല മായി നഷ്ടപ്പെടുന്നത്; ഇന്ത്യൻ ജനതയുടെ സ്വാതന്ത്ര്യവും പരമാധി കാരവും; അതേ സാമ്പത്തിക നയങ്ങളുടെ ഫലമായി മൂർഛിച്ചുവരുന്ന തൊഴില്ലായ്മയും വിലക്കയറ്റവും ജനങ്ങളുടെ പാപ്പരീകരണവും മറ്റും; ബി ജെ പി പ്രഭൃതികൾ കുത്തിയിളക്കുന്നതും പരിഹരിക്കാൻ നരസിംഹറാവു ഗവൺമെന്റ് തയ്യാറാവാത്തതുമായ വർഗീയത; ഇതിന്റെ എല്ലാം സ്വാഭാവിക ഫലമായി നാട്ടിൽ വളർന്നു വരുന്ന അരാജകാവ സ്ഥ–ഇതെല്ലാം മറ്റു ജനവിഭാഗങ്ങളെയെന്ന പോലെ വിദ്യാർഥികളെയും

ദുഃഖിപ്പിക്കുന്നുണ്ട്. ഈ പ്രശ്നങ്ങൾക്ക് പരിഹാരം കാണാനുള്ള ശ്രമ
മാണ് യഥാർഥ വിദ്യാർഥി രാഷ്ട്രീയം.

അത്യുജ്ജലമെന്ന് ബുർഷ്വാപത്രങ്ങൾപോലും വിശേഷിപ്പിച്ച ഒരു പടു
കൂറ്റൻ റാലിയോടെയയാണ് സമ്മേളന നടപടികൾ തുടങ്ങിയത്. അതിന്റെ
ഉദ്ഘാടനം നടത്താൻ നിശ്ചയിച്ച ജ്യോതിബസുവിന് വിമാനഗതാഗത
തടസം നിമിത്തം സമയത്തിനെത്താൻ ഒത്തില്ല. അതുകൊണ്ട് അദ്ദേഹം
എഴുതി തയ്യാറാക്കിയ ഒരു സന്ദേശം വായിച്ചുകൊണ്ടാണ് റാലി തുട
ങ്ങിയത്.

അദ്ദേഹത്തിന്റെ അഭാവത്തിൽ ഉദ്ഘാടനമെന്ന ഔപചാരിക ചടങ്ങ്
നിറവേറ്റിയത് ഈ ലേഖകനാണ്. സി പി ഐ (എം) സ്റ്റേറ്റ് സെക്രട്ടറി
ഇ കെ നായനാർ, പൊളിറ്റ് ബ്യൂറോ മെമ്പറും കേരളത്തിലെ പ്രതിപ
ക്ഷനേതാവുമായ അച്യുതാനന്ദൻ മുതലായ പലരും സംസാരിക്കുകയും
ചെയ്തു.

അത് കഴിഞ്ഞ് പിറ്റേന്നാണ് പ്രതിനിധി സമ്മേളനത്തിന്റെ ഔപചാ
രികമായ ഉദ്ഘാടനം വിഖ്യാത ചരിത്ര പണ്ഡിതനായ ഡോ. ഗോപാൽ
നിർവഹിച്ചത്.

എഴുതി തയ്യാറാക്കിയതും റാലിയിൽ വായിച്ചതുമായ ജ്യോതിബസു
വിന്റെ സന്ദേശം തൊട്ട് പ്രതിനിധിസമ്മേളനം ഉദ്ഘാടനം ചെയ്തു
കൊണ്ട് ഡോ. ഗോപാൽ നടത്തിയ പ്രസംഗമടക്കം റാലിയിലും പ്രതിനി
ധിസമ്മേളനത്തിലും നടന്ന എല്ലാ പ്രഭാഷണങ്ങളും ഒരു കാര്യം
ഊന്നിപ്പറഞ്ഞു: വിദ്യാർഥിസമൂഹം ഇന്ത്യൻ ജനതയുടെ അഭേദ്യഭാഗ
മാണ്; ജനതയ്ക്കാകെ പരിഹാരം കാണാനുള്ള എല്ലാ പ്രശ്നങ്ങളും
വിദ്യാർഥികളുടെ കൂടി പ്രശ്നങ്ങളാണ്; അതുകൊണ്ട് നാടിന്റെ രാഷ്ട്രീ
യത്തിൽനിന്ന് വിദ്യാർഥികളെ മാറ്റി നിർത്താനാവില്ല.

ഈ അർഥത്തിൽ 'വിദ്യാർഥി രാഷ്ട്രീയം' അനുപേക്ഷണീയമാണ്,
രാഷ്ട്രീയത്തിൽനിന്ന് ഒഴിഞ്ഞുനിൽക്കുന്ന—വിദ്യാലയാധികൃതരോ
ഗവൺമെന്റോ നിരോധിക്കുന്നതുമൂലം രാഷ്ട്രീയത്തിൽ പങ്കെടുക്കാൻ
കഴിയാത്ത—വിദ്യാർഥിക്ക് മനുഷ്യനെന്ന നിലയ്ക്ക് വളർച്ചയില്ല.

സ്കൂളുകളിലും കോളേജുകളിലും സർവകലാശാലകളിലും നട
ക്കുന്ന തിരഞ്ഞെടുപ്പുകൾ, അവയിൽ വിവിധ വ്യക്തികൾക്കും ഗ്രൂപ്പു
കൾക്കും ഉണ്ടാവുന്ന ജയാപജയങ്ങൾ, ജയിച്ചവരും തോറ്റവരും ചേർന്ന്
പൊതുതാൽപ്പര്യമുള്ള പ്രശ്നങ്ങൾക്ക് പരിഹാരം കാണാൻ ഒറ്റക്കെട്ടായി
ശ്രമിക്കുമ്പോൾതന്നെ സാമ്പത്തികമോ രാഷ്ട്രീയമോ സാമൂഹികമോ
സാംസ്കാരികമോ ആയ പ്രശ്നങ്ങളെക്കുറിച്ച് അന്യോന്യം സംവാദം
നടത്തുകകൂടി ചെയ്യുക—ഇത് വിദ്യാർഥി രാഷ്ട്രീയത്തിന്റെ ഭാഗമാണ്.
ഇതിലൂടെയാണ് 'ഇന്നത്തെ വിദ്യാർഥി' 'നാളത്തെ പൌര'നായി മാറാ
നുള്ള പരിശീലനം നേടുന്നത്.

ഈ കാഴ്ചപ്പാടോടെയാണ് 1936 ൽ അഖിലേന്ത്യാ വിദ്യാർഥി ഫെഡ
റേഷൻ രൂപപ്പെട്ടത്. അതിന്റെ നേതാക്കളിലും പ്രവർത്തകരിലും
കോൺഗ്രസുകാരുണ്ടായിരുന്നു, സോഷ്യലിസ്റ്റുകാരുണ്ടായിരുന്നു, കമ്മ്യൂ

ണിസ്റ്റുകാരുണ്ടായിരുന്നു, മറ്റു പല ചിന്താഗതിക്കാരുമുണ്ടായിരുന്നു. അവർക്കെല്ലാം യോജിച്ചു പ്രവർത്തിക്കാവുന്ന ഒരു വേദിയായിരുന്നു വിദ്യാർഥി ഫെഡറേഷൻ.

പിന്നീടത് പിളർന്ന് വിവിധ വിദ്യാർഥി സംഘടനകൾ രൂപപ്പെട്ടു. കോൺഗ്രസ് തൊട്ടുള്ള ഓരോ രാഷ്ട്രീയ പാർട്ടിയുടെയും അനുബന്ധമായി ഓരോ വിദ്യാർഥി സംഘടന എന്ന സ്ഥിതി നിലവിൽവന്നു.

ഇതുമാറ്റി വീണ്ടും മുമ്പെന്നപോലെ വിവിധ രാഷ്ട്രീയചിന്താഗതിക്കാർക്ക് സ്വാതന്ത്ര്യത്തോടും സമത്വത്തോടുംകൂടി പെരുമാറാനുള്ള ഒരു സംഘടന നിലവിൽവരുത്തിക്കൂടെ എന്ന ചോദ്യം എസ് എഫ് ഐ സമ്മേളനത്തിന്റെ സന്ദർഭത്തിൽ ഈ ലേഖകൻ എഴുതിയ ഒരു ലഘുലേഖയിൽ ഉന്നയിക്കുകയുണ്ടായി. അത് പത്രപംക്തിയിൽ വിവാദത്തിനിടവരുത്തുകയും ചെയ്തു.

ഈ ചോദ്യം ഉന്നയിക്കുമ്പോൾ തന്നെ അതിന് ഉത്തരം കാണുന്നത് വിഷമമമാണെന്ന് ഈ ലേഖകനറിയാമായിരുന്നു. നാല് പതിറ്റാണ്ടോളം കാലമായി തുടർന്നുവരുന്ന രാഷ്ട്രീയ പ്രവർത്തനശൈലി മുഴുവൻ മാറ്റാതെ ഈ നിർദേശം നടപ്പിൽവരുകയില്ല. പക്ഷേ, ആ ശൈലി മാറ്റുന്നത് ഒഴിവാക്കാൻ വയ്യാത്ത ഒരാവശ്യമായി തീർന്നുകൊണ്ടിരിക്കുന്ന സാഹചര്യത്തിലേക്കാണ് ഇന്ത്യൻ രാഷ്ട്രീയം നീങ്ങുന്നത്.

ഇന്ത്യൻ വിദ്യാർഥിഫെഡറേഷൻ രൂപപ്പെട്ട കാലത്ത് ഏകീകൃതമായ ഒരു സാമ്രാജ്യവിരുദ്ധമുന്നണി നിലവിലുണ്ടായിരുന്നു. പിന്നീടത് തകർന്ന് വിവിധ രാഷ്ട്രീയപാർട്ടികൾ രൂപപ്പെട്ടു. അവ തമ്മിൽ തമ്മിൽ രൂക്ഷമായ സമരങ്ങൾ ആശയരംഗത്തും പ്രയോഗത്തിലും വന്നു. ഇന്ത്യ സ്വതന്ത്രയായി. ആ സ്വാതന്ത്ര്യം പ്രയോഗത്തിൽ വരുത്തുന്നത് സംബന്ധിച്ച് വിവിധങ്ങളും വിരുദ്ധങ്ങളുമായ ചിന്താഗതികൾ ഉയർന്നുവരികയും അന്യോന്യം ഏറ്റുമുട്ടുകയും ചെയ്തു. അതിന്റെ ഫലമാണ് ഇന്ന് രാജ്യത്ത് നിലവിലുള്ള വിവിധ രാഷ്ട്രീയപാർട്ടികളും അവയിൽ പലതിന്റെയും നേതൃത്വത്തിൽ ഓരോ വിദ്യാർഥിസംഘടനയും എന്ന സ്ഥിതി ഉളവായത്.

ഇതിൽ കാര്യമായ ഒരു മാറ്റം വന്നുതുടങ്ങിയിട്ടില്ലേ? ഒരുവശത്ത് കേന്ദ്രഭരണകക്ഷിയായ കോൺഗ്രസ്, മറുവശത്ത് പാർലമെന്റിലെ പ്രധാന പ്രതിപക്ഷ കക്ഷിയായ ബി ജെ പി, മൂന്നാമതൊരുവശത്ത് കോൺഗ്രസിനെയും ബി ജെ പിയെയും ഒരുപോലെ എതിർക്കുന്ന ഇടതുപക്ഷ–ദേശീയമുന്നണി കൂട്ടുകെട്ട്– ഈ വിധത്തിലൊരു ചേരിതിരിവ് പ്രത്യക്ഷപ്പെട്ടിട്ടില്ലേ?

കൂടാതെ, ദേശീയൈക്യത്തിനും മതസാഹോദര്യത്തിനും മറ്റും മുഖ്യ തടസമായിനിൽക്കുന്ന വർഗീയതക്കെതിരെ കോൺഗ്രസും ഇടതുപക്ഷ ദേശീയമുന്നണിയും ചേർന്നു പോരാടുന്നതിന്റെ ആവശ്യത്തെക്കുറിച്ച് ഉറക്കെ ചിന്തിക്കാനെങ്കിലും സ്വാധീനശക്തിയുള്ള ചില വിഭാഗങ്ങൾ തയ്യാറായിക്കൊണ്ടിരിക്കുകയല്ലേ? വിദ്യാർഥി രാഷ്ട്രീയത്തെ സംബന്ധിച്ചുള്ള കാഴ്ചപ്പാടിൽ മാറ്റം വരുത്താൻ ഇത് പ്രേരിപ്പിക്കേണ്ടതല്ലേ?

എസ് എഫ് ഐ, എ ഐ എസ് എഫ്, മറ്റ് ഇടതുപക്ഷ മതനിര

പേക്ഷ വിദ്യാർഥിസംഘടനകൾ, കേരളത്തിലെ കെ എസ് യുവടക്കം അഖിലേന്ത്യാ തലത്തിലുള്ള കോൺഗ്രസ് വിദ്യാർഥിസംഘടനകൾ എന്നിവയ്ക്കെല്ലാം യോജിച്ചേറ്റെടുക്കാവുന്ന ഒരു പരിപാടിയുണ്ട്. ഭൂരി പക്ഷ ന്യൂനപക്ഷ വ്യത്യാസമോ മുന്നോക്ക പിന്നോക്കഭേദമോ നോ ക്കാതെ എല്ലാതരം ജാതി–മത രാഷ്ട്രീയത്തിനുമെതിരായി ഒരു ഏകീ കൃത ബഹുജനപ്രസ്ഥാനം സംഘടിപ്പിക്കുക. നിലവിലുള്ള വിദ്യാർഥി സംഘടനകൾ അതേപടി നിലനിന്നുകൊണ്ടുതന്നെ ഈയൊരു സംയു ക്തനീക്കത്തിന് തുടക്കമിടുന്നത് പ്രായോഗികമാവുകയില്ലേ?

'വിദ്യാർഥി രാഷ്ട്രീയ'ത്തിന്റെ ഒരു വശം മാത്രമാണിത്. മറ്റൊരു വശമാണ് നരസിംഹറാവു ഗവൺമെൻറിന്റെ സാമ്പത്തികനയങ്ങൾക്കെ തിരെ എസ് എഫ് ഐയും എ ഐ എസ് എഫും മറ്റു ഇടതുപക്ഷ വിദ്യാർഥിസംഘടനകളും സംഘടിപ്പിക്കുന്ന പ്രക്ഷോഭസമരങ്ങൾ. അവ യിൽ പങ്കുചേരാൻ കെ എസ് യു വിനോ അതിന്റെ അഖിലേന്ത്യാരൂപ ങ്ങൾക്കോ കഴിഞ്ഞേക്കുകയില്ല. അവ നരസിംഹറാവു ഗവൺമെന്റിന്റെ സാമ്പത്തികനയങ്ങളെ ന്യായീകരിച്ചുകൊണ്ടുള്ള പ്രസ്ഥാനങ്ങൾ സംഘടിപ്പിക്കും.

എന്നാൽ അക്കാര്യത്തിൽ സ്വന്തം നിലപാട് നിലനിർത്തിക്കൊണ്ടു തന്നെ കോൺഗ്രസുകാരുടെ വിദ്യാർഥിസംഘടനകൾക്ക് ഇടതുപക്ഷ വിദ്യാർഥിസംഘടനകളുമായി വർഗീയതാവിരുദ്ധ പ്രസ്ഥാനത്തിൽ യോജിച്ചു കൂടെ? അത് ദേശീയൈക്യത്തിനും മതസൗഹാർദത്തിനും വേണ്ടിയുള്ള പ്രസ്ഥാനത്തെ ശക്തിപ്പെടുത്താൻ സഹായിക്കുകയില്ലേ?

വിവിധ വിദ്യാർഥിസംഘടനകൾ ലയിച്ച് ഒരൊറ്റ പൊതുസംഘടന യുണ്ടാവുന്നതാണ് അഭികാമ്യം. അതിനുവേണ്ടി പ്രവർത്തിക്കുകയും ചെയ്യാം. പക്ഷേ, ആ ലക്ഷ്യം സാധിക്കുന്നതിനുമുമ്പു തന്നെ യോജി പ്പുള്ള കാര്യങ്ങളിൽ ഒന്നിച്ച് പ്രവർത്തിക്കുകയെന്ന സമീപനം അംഗീക രിച്ചുകൂടേ? ഇതാണ് തിരുവനന്തപുരത്ത് നടന്ന എസ് എഫ് ഐ യുടെ ദേശീയ സമ്മേളനം ഉയർത്തിയ പ്രധാന ചോദ്യം.

1993 ഫെബ്രുവരി 7

2

ഗുരുശിഷ്യ പാരസ്പര്യം

നടരാജഗുരു ഇംഗ്ലീഷിൽ എഴുതിയ ഒരു പ്രബന്ധത്തിന്റെ തർജുമ യാണ് ഇപ്പോൾ എന്റെ മുന്നിലുള്ളത്. *വിദ്യാഭ്യാസം ഒരു മാർഗരേഖ* എന്നാണ് പ്രബന്ധത്തിന്റെ തലക്കെട്ട്. തർജുമചെയ്തിട്ടുള്ളത് സ്വാമി മുനിനാരായണ പ്രസാദാണ്.

ഈ ഗ്രന്ഥം എനിക്ക് കിട്ടിയത് വർക്കലയിലെ നാരായണഗുരുകുല ത്തിൽ നടന്ന ഒരു സെമിനാറിലായിരുന്നു. സെമിനാറിന്റെ വിഷയവും വിദ്യാഭ്യാസംതന്നെ. അതിൽ അധ്യക്ഷതവഹിച്ച നിത്യചൈതന്യയതി– വിദ്യാഭ്യാസം സംബന്ധിച്ച അദ്ദേഹത്തിന്റെ ഒരു ഗ്രന്ഥം ഞാൻ വാരിക യിൽ അവലോകനം ചെയ്തിട്ടുണ്ട്–വിദ്യാഭ്യാസം സംബന്ധിച്ച പ്രശ്ന ങ്ങൾ ആഴത്തിൽ പഠിക്കാൻ ശ്രമിക്കുന്നവരാണ് കമ്യൂണിസ്റ്റുകാരെന്ന് അഭിപ്രായപ്പെട്ടു. വിദ്യാഭ്യാസം സംബന്ധിച്ച് *മാർക്സിസ്റ്റ് സംവാദം* ഒരു ചർച്ച സംഘടിപ്പിച്ചപ്പോൾ അതിൽ യതി പങ്കുകൊള്ളുകയുണ്ടായി.

യതിയുടെ ലേഖനങ്ങളിലും ഇപ്പോൾ എന്റെ മുമ്പിലിരിക്കുന്ന നട രാജഗുരുവിന്റെ ഗ്രന്ഥത്തിലും അധ്യയനാധ്യാപനങ്ങൾ സംബന്ധിച്ച ശരിയായ പല കാര്യങ്ങളും പറഞ്ഞിട്ടുണ്ട്. അധ്യാപകരും വിദ്യാർഥികളും തമ്മിൽ ഉണ്ടാവേണ്ട വൈകാരികബന്ധത്തിൽ ഊന്നിക്കൊണ്ട് അതിന്റെ അഭാവമാണ് ഇന്നത്തെ വിദ്യാഭ്യാസത്തിന്റെ പ്രധാന ദൗർബല്യമെന്ന് ഗുരുവും യതിയും ചൂണ്ടിക്കാണിക്കുന്നു.

പക്ഷേ, 'ഗുരുശിഷ്യ പാരസ്പര്യ'മെന്ന് നടരാജഗുരു വിളിക്കുന്ന അധ്യാപകാധ്യേതൃബന്ധത്തിന് മാതൃകയായി 'പ്രാചീനഭാരത്തിലെ ഗുരു കുല വിദ്യാഭ്യാസരീതി'യെയാണ് ഗുരു പൊന്തിച്ചുകാണിക്കുന്നത്. ഭാരതം വളർത്തിയെടുത്ത ഈ വിദ്യാഭ്യാസരീതിയിലേക്ക് പാശ്ചാത്യവിദ്യാ ഭ്യാസ വിദഗ്ധരും ഇപ്പോൾ വരാൻ തുടങ്ങിയിട്ടുണ്ടെന്ന് അദ്ദേഹം അഭി പ്രായപ്പെടുന്നു. ഇവിടെയാണ് എനിക്ക് ഗുരുവിനോടും യതിയോടും അഭി പ്രായവ്യത്യാസമുള്ളത്.

പ്രാചീന ഭാരതത്തിലെ ഗുരുകുല വിദ്യാഭ്യാസം ഒരു സവിശേഷ സാഹചര്യത്തിലാണ് രൂപപ്പെട്ടത്. ജാതി–ജന്മി നാടുവാഴിമേധാവിത്വം, അതിന്റെ തലപ്പത്തുള്ള ബ്രാഹ്മണ സമുദായം–ഇതിന്റെ സൃഷ്ടിയാണ് 'പ്രാചീനഭാരതത്തിലെ ഗുരുകുലവിദ്യാഭ്യാസം'

അതിൻകീഴിൽ അധ്യേതാക്കളുടെ എണ്ണം വളരെ ചുരുക്കമായി രുന്നു; ബഹുഭൂരിപക്ഷം ജനങ്ങളും വിദ്യാഭ്യാസം ലഭിക്കാൻ കഴിയാതെ അലഞ്ഞുനടക്കുകയായിരുന്നു. കുലീന വിഭാഗങ്ങളിൽപ്പെട്ട ഒരു ചെറു ന്യൂനപക്ഷം മാത്രം അടങ്ങുന്നതായിരുന്നു അന്നത്തെ അധ്യേതാക്കൾ. അവരോരുത്തരോടും വ്യക്തിപരമായി ബന്ധപ്പെടുകമാത്രമല്ല, ഓരോരു ത്തരുടെയും വികാര വിചാരങ്ങൾ രൂപപ്പെടുത്തുക കൂടി ചെയ്യാൻ സമു ഹത്തിലെ തലപ്പത്തിരിക്കുന്ന ഒരുപിടി അധ്യാപകർക്ക് അന്ന് കഴിയുമാ യിരുന്നു.

ഇന്ന് സ്ഥിതിയാകെ മാറി. പ്രാഥമികതലത്തിലെങ്കിലും വിദ്യാഭ്യാസം നിർബന്ധിതവും സൗജന്യവുമാക്കണമെന്നാണ് നമ്മുടെ ഭരണഘടന അനുശാസിക്കുന്നത്. സെക്കന്ററി–കോളേജ്–തൊഴിൽമേഖലാ–സർവക ലാശാലാ തലങ്ങളിലും മുമ്പെന്നത്തെയുംകാൾ കൂടുതൽ സാർവത്രിക മാണ് ഇന്നത്തെ വിദ്യാഭ്യാസം. കൂടാതെ, പഴയ ഗുരുകുലവിദ്യാഭ്യാസ രീതിയിൽനിന്ന് വ്യത്യസ്തമായി, അധ്യാപനം ഒരു ജീവിതമാർഗമായി സ്വീകരിച്ച ശമ്പളക്കാരാണ് ഇന്നത്തെ അധ്യാപകർ. ഈ സാഹചര്യ ത്തിൽ 'പ്രാചീനഭാരതത്തിലെ ഗുരുകുലവിദ്യാഭ്യാസരീതി' യിലുണ്ടായി രുന്ന 'ഗുരുശിഷ്യപാരസ്പര്യം' ഇന്നു സാധ്യമല്ല.

ഇതിനർഥം അധ്യാപകരും അധ്യേതാക്കളും തമ്മിൽ വൈകാരിക മായ ബന്ധം ഉണ്ടാവേണ്ടതില്ലെന്നല്ല. ഈ പുതിയ സാഹചര്യത്തിലും ശമ്പളം കിട്ടാൻവേണ്ടി അധ്യാപനം നടത്തുന്ന ജോലിക്കാർക്ക്–അവരുടെ ജോലിയോട് സത്യസന്ധത പുലർത്തുകയാണെങ്കിൽ–അധ്യേതാക്കളു മായി വൈകാരികബന്ധം പുലർത്താൻ കഴിയുകയും ശമ്പളം വാങ്ങി ജീവിക്കാൻ വേണ്ടി ജോലി ചെയ്യുമ്പോൾ പോലും, വിദ്യാർഥികളുടെ വ്യക്തിപരമായ വളർച്ചയിൽ താൽപ്പര്യം കാണിച്ചുകൊണ്ട് അവരെ ഭാവി പൗരൻമാരായി വളർത്താനും ഇന്നത്തെ ആഗോള–ഭാരതീയ സാഹച ര്യങ്ങളിൽപ്പോലും 'ഗുരുശിഷ്യ പാരസ്പര്യം' വളർത്തിയെടുക്കാനും കഴിയും.

ഞാൻ പറയുന്നത് സ്വന്തം അനുഭവത്തിൽ നിന്നാണ്. 'ഗുരുകുല വിദ്യാഭ്യാസരീതി'യുടേതായ 'ഗുരുശിഷ്യപാരസ്പര്യം' എന്റെ ആദ്യകാല വിദ്യാർഥിജീവിതത്തിലുണ്ടായിട്ടുണ്ട്. നന്നേ ചെറുപ്പത്തിൽ വിദ്യാഭ്യാസം തുടങ്ങിയ ഞാൻ *ഋഗ്വേദം* മുഴുവൻ കാണപ്പാഠമാക്കിയതും സംസ്കൃത കാവ്യങ്ങൾ പഠിക്കാൻ തുടങ്ങിയതും 'ഗുരുകുലവിദ്യാഭ്യാസരീതി'യിലാ ണ്. അക്കാര്യത്തിൽ എന്റെ ഗുരുനാഥനായിരുന്ന മാന്യൻ എനിക്ക് പിതൃതുല്യനായാണ് അനുഭവപ്പെട്ടത്. ഞങ്ങൾ തമ്മിൽ 'ഗുരുശിഷ്യപാ രസ്പര്യം' തികച്ചും ഉണ്ടായിരുന്നു.

നിർഭാഗ്യവശാൽ, ആ വിദ്യാഭ്യാസത്തിന്റെ ഉള്ളടക്കം എന്റെ പിൽ

ക്കാലജീവിതത്തെ സംബന്ധിച്ചിടത്തോളം നിരാശാജനകമായിരുന്നു. സംസ്കൃതകാവ്യങ്ങളുടെ പഠനം എന്റെ ഭാവിജീവിതത്തിന് സഹായക മായെങ്കിലും അതിനെക്കാൾ എത്രയോ കൂടുതൽ സമയം *ഋഗ്വേദം* അർഥ മറിയാതെ കാണാപ്പാഠം പഠിക്കാൻ എനിക്ക് ചെലവിടേണ്ടിവന്നു. ആ കാലം മുഴുവൻ എന്നെ സംബന്ധിച്ചിടത്തോളം ഒരു ദുർവ്യയമായിരുന്നു.

പിന്നീട് ആധുനിക രീതിയിലുള്ള സ്കൂൾ-കോളേജ് വിദ്യാഭ്യാസ ത്തിലും ഞാൻ ഏർപ്പെടുകയുണ്ടായി. എന്നെ *ഋഗ്വേദവും* സംസ്കൃത കാവ്യങ്ങളും പഠിപ്പിച്ച ആദ്യഗുരുനാഥനോടുണ്ടായിരുന്ന വൈകാരിക ബന്ധം എനിക്ക് സ്കൂളുകളിലും കോളേജുകളിലുമുള്ള അധ്യാപകരു മായി ഉണ്ടായിരുന്നില്ല. ഓരോ ക്ലാസിലും വിവിധവിഷയങ്ങൾ പഠിപ്പി ക്കുന്ന അധ്യാപകരാണുണ്ടായിരുന്നത്; അവരിലൊരാളുമായും 'ഗുരുശി ഷ്യപാരസ്പര്യം' എന്നു പദപ്രയോഗം കൊണ്ട് നടരാജഗുരു ഉദ്ദേശി ക്കുന്ന അർഥത്തിലുള്ള 'പാരസ്പര്യം' രൂപപ്പെടുകയുണ്ടായില്ല.

പക്ഷേ അവരുടെയെല്ലാം അധ്യാപനം എന്റെ ബൗദ്ധിക വികസന ത്തിന് വളരെയേറെ സഹായിച്ചു. അവരിൽ പലരുമായി എന്റെ വിദ്യാർഥി ജീവിതകാലത്തുതന്നെ ഒരു തരത്തിലുള്ള 'ഗുരുശിഷ്യപാരസ്പര്യം' രൂപ പ്പെടുകയുമുണ്ടായി.

'പ്രാചീന ഭാരതത്തിലെ ഗുരുകുലങ്ങളു'ടെ മാതൃകയിലല്ലാതെ ആധുനികകാല ജീവിതവുമായി പൊരുത്തപ്പെടുന്ന അധ്യാപകാധ്യേതൃ ബന്ധം സ്ഥാപിക്കാൻ കഴിയുമെന്ന് ചൂണ്ടിക്കാണിക്കാനാണ് എന്റെ വ്യക്തിജീവിതത്തിലുണ്ടായ ഈ അനുഭവം ഇവിടെ എടുത്തുപറഞ്ഞത്. ഇതിനർഥം നടരാജഗുരു രചിച്ച പ്രബന്ധത്തിൽ ചർച്ച ചെയ്യുന്ന മനഃശാ സ്ത്രതത്വങ്ങൾ അപ്രസക്തമാണെന്നല്ല. ഇന്നത്തെ ചുറ്റുപാടു കൾക്കൊത്ത് സ്കൂളുകളും കോളേജുകളും സംഘടിപ്പിക്കുമ്പോൾ അവ യിൽ പ്രവർത്തിക്കുന്ന അധ്യാപകർ കണക്കിലെടുക്കേണ്ട മനഃശാസ്ത്ര തത്വങ്ങളാണ് ഗുരു വിശദമായി വിവരിച്ചത്.

പക്ഷേ ബഹുഭൂരിപക്ഷം ജനങ്ങൾക്ക് വിദ്യാഭ്യാസം അപ്രാപ്യമായ കാലത്ത് ബ്രാഹ്മണമേധാവിത്വത്തിൽ രൂപപ്പെട്ടതും അന്നത്തെ സാഹച ര്യത്തിൽ പ്രയോജനപ്രദമായിരുന്നതുമായ അധ്യാപനരീതി ഇന്നത്തെ രീതിയിൽ പ്രയോജനകരമായിരിക്കില്ല.

'പ്രാചീനഭാരതത്തിലെ ഗുരുകുലവിദ്യാഭ്യാസരീതി' അതേപടി ആവർത്തിക്കുകയാണ് വേണ്ടതെന്നെ നിലപാടിന് മറ്റൊരു ദൗർബല്യ മുണ്ട്. ഇന്നത്തെ ഇന്ത്യയിലും അതിന്റെ ഭാഗമായ കേരളത്തിലും നില വിലുള്ള വിദ്യാഭ്യാസരീതിക്കുള്ള പ്രധാന ദൗർബല്യങ്ങൾ അവഗണി ക്കപ്പെടുന്നു:

1. പ്രാഥമികവിദ്യാഭ്യാസം സൗജന്യവും നിർബന്ധിതവുമാക്കണ മെന്ന ഭരണഘടനാവ്യവസ്ഥ ബലത്തിൽ വന്നിട്ട് നാല് പതിറ്റാണ്ടിലേ റെക്കാലം കഴിഞ്ഞുവെങ്കിലും, അത് ഫലപ്രാപ്തിയിലെത്തിയിട്ടില്ല.

2. സെക്കന്ററി തൊട്ടുള്ള ഉപരിവിദ്യാഭ്യാസമാകട്ടെ, ഒരുപിടി പണ ക്കാർക്കൊഴിച്ച് മറ്റെല്ലാവർക്കും അപ്രാപ്യമാണ്. പണക്കാർക്ക് മാത്രം

പ്രയോജനപ്പെടുന്ന സ്വകാര്യ വിദ്യാലയങ്ങൾ, സർക്കാർ വിദ്യാലയങ്ങ
ളിൽ തന്നെ അടിക്കടിവരുത്തുന്ന ഫീസ് വർധന എന്നിവമൂലം ഇടത്തര
ക്കാരെയും പാവപ്പെട്ടവരെയും സംബന്ധിച്ചിടത്തോളം വിദ്യാഭ്യാസം ഒരു
ആഡംബരമായി മാറി.

3. സ്വകാര്യ വിദ്യാലയങ്ങളിൽ തന്നെ ഭൂരിഭാഗവും നടത്തുന്നത്
ജാതി-മത സംഘടനകളാകയാൽ, കുരുന്നു ഹൃദയങ്ങളിൽ ജാതിമത
വികാരങ്ങൾ കുത്തിവെക്കപ്പെടുന്നു. സാമൂഹ്യജീവിതം തന്നെ അലങ്കോ
ലപ്പെടാൻ പ്രയോജനപ്പെടുന്ന കേന്ദ്രങ്ങളായി വിദ്യാലയങ്ങൾ മാറുന്നു.

4. മാതൃഭാഷയോടുള്ള പുച്ഛം, ഇംഗ്ലീഷിനോടുള്ള കമ്പം എന്നിവ
നമ്മുടെ വിദ്യാഭ്യാസരീതിയുടെ അഭേദ്യഭാഗമായി വളർന്നു. ഇന്ത്യ സ്വത
ന്ത്രയായിട്ട് 47 വർഷവും കേരള സംസ്ഥാനം രൂപപ്പെട്ടിട്ട് 38 വർഷവും
കഴിഞ്ഞിട്ടും 'ഇംഗ്ലീഷ് മീഡിയം' വിദ്യാലയങ്ങളോട് സമൂഹത്തിന്റെ
മേൽത്തട്ടിലുള്ളവർക്ക് വലിയ കമ്പമാണ്.

5. വിദ്യാലയജീവിതം കഴിഞ്ഞാൽ കൃഷിയിലോ വ്യവസായങ്ങളിലോ
മറ്റു ജീവിതമാർഗങ്ങളിലോ ശോഭിക്കാൻ വേണ്ട പരിശീലനം ഇന്നത്തെ
വിദ്യാലയങ്ങളിൽ കിട്ടുന്നില്ല. നേരെമറിച്ച്, ജനസംഖ്യയിൽ ഒരു ചെറിയ
ശതമാനത്തിനുമാത്രം ലഭ്യമാകാവുന്ന 'വെള്ളക്കോളർ' ജോലിക്കുവേ
ണ്ടിയുള്ള പരിശീലനമാണ് പ്രീപ്രൈമറി തൊട്ട് സർവകലാശാലവരെ
എല്ലാ നിലവാരങ്ങളിലും വിദ്യാർഥികൾക്ക് നൽകുന്നത്. ബ്രിട്ടീഷ്ഭരണ
കാലത്ത് രൂപപ്പെടുത്തിയതും 'കറുത്ത സായ്പൻ' മാരെ സൃഷ്ടിക്കുക
യെന്ന ഉദ്ദേശ്യത്തോടുകൂടിയതുമായ വിദ്യാഭ്യാസരീതിയുടെ ഒരാവർ
ത്തനം മാത്രമാണ് സ്വതന്ത്ര ഇന്ത്യയിലെയും ഏകീകൃത കേരളത്തി
ലെയും വിദ്യാഭ്യാസരീതി.

ഇന്നത്തെ വിദ്യാഭ്യാസരീതിയിലുള്ള ഈ ദോഷങ്ങളിലേക്ക്
വിരൽചൂണ്ടാതെ അധ്യാപനരീതിയിലേക്ക് വെളിച്ചം വീശുന്ന ചില മനഃ
ശാസ്ത്രതത്വങ്ങൾ വിശദീകരിക്കുന്നതുകൊണ്ട് പ്രയോജനമില്ല. നിർഭാ
ഗ്യവശാൽ അതാണ് നടരാജഗുരു ചെയ്യുന്നത്.

വായനക്കാരുടെ ആഴങ്ങളിൽ, 1994 ജനുവരി 30

3

വിദ്യാർഥികളും രക്ഷിതാക്കളും

ഡിസംബർ 1824 ലക്കം *മാതൃഭൂമി ആഴ്ചപ്പതിപ്പിൽ* കേരളത്തിലെ പ്രശസ്ത ചിന്തകനായ പ്രൊഫസർ ഗുപ്തൻ നായർ ഒരു ലേഖനമെഴു തിയിട്ടുണ്ട്. 'അരുത്, കുട്ടികളേ അരുത്' എന്നാണ് തലവാചകം. അത് ഉപസംഹരിക്കുന്നത് ഇങ്ങനെയാണ്.

ഞാൻ കുട്ടികളോട് വിനീതമായി അഭ്യർഥിക്കുന്നു: അരുത് കുട്ടി കളേ അരുത്. നിങ്ങൾ നിങ്ങളുടെ നേതാക്കൻമാരെ വലിച്ചിറക്കുക. അവർ ചെയ്യട്ടെ സമരം. നിങ്ങൾ വിദ്യാലയങ്ങളിലേക്ക് പോകൂ.

വിദ്യാഭ്യാസരീതിയിൽ പരിഷ്കരിക്കേണ്ടതായി പലതുമുണ്ടെന്ന് അ ദ്ദേഹം സമ്മതിക്കുന്നു. പക്ഷേ, അതിനുവേണ്ടി സമരം നടത്തേണ്ടത് വിദ്യാർഥികളല്ല, രക്ഷിതാക്കൻമാരാണ് എന്നാണ് അദ്ദേഹത്തിന്റെ വാദം. വിദ്യാഭ്യാസരംഗത്ത് നടക്കുന്ന അനീതികൾ പരിഹരിക്കാൻ സമരം നട ത്തേണ്ടത് വിദ്യാർഥികളല്ല, അവർ സമരം നടത്താതെ വിദ്യാലയങ്ങളിൽ പോയി പഠിക്കുകയാണ് വേണ്ടത്– ഇതാണ് അദ്ദേഹത്തിന്റെ വാദത്തിന്റെ സാരാംശം.

പ്രൊഫസറുടെ നിലപാടിൽ സ്വാഗതാർഹമായ ഒരു മാറ്റം വന്നിട്ടു ണ്ടെന്ന് ഞാൻ സമ്മതിക്കുന്നു. അടുത്ത കാലംവരെ അദ്ദേഹം പറഞ്ഞത് നമ്മുടെ വിദ്യാഭ്യാസ വ്യവസ്ഥയെ ബാധിച്ച ഒരേയൊരു വിഷമപ്രശ്നം 'വിദ്യാഭ്യാസരാഷ്ട്രീയ'മാണെന്നാണ്. അതൊഴിവാക്കുന്നതിന് 'വിദ്യാ ഭ്യാസ സുരക്ഷാസമിതി' എന്ന ഒരു സംഘടനക്ക് അദ്ദേഹം രൂപം നൽകു കയും ചെയ്തിരുന്നു.

പക്ഷേ, ഇന്ന് 'വിദ്യാഭ്യാസരാഷ്ട്രീയ'ത്തിന് പുറമെ മറ്റു ചില പ്രശ്നങ്ങളും ഉണ്ടെന്ന് അദ്ദേഹം മനസിലാക്കുന്നു. 'ഭരണാധികാരികൾ

അരുതായ്മകൾ കുസലില്ലാതെ ചെയ്തുകൂട്ടുന്നു. വോട്ടുപെട്ടിയിൽ മാത്രം കണ്ണുനട്ടുകൊണ്ട് ഭീമാബദ്ധങ്ങളിൽ ചെന്നു ചാടുന്നുമുണ്ട്. എന്നിട്ട് അതൊക്കെ രാജ്യനന്മക്കാണെന്ന് പറഞ്ഞ് തടിതപ്പാൻ ശ്രമിക്കുന്നുമുണ്ട്.' എന്നാണ് അദ്ദേഹം പറയുന്നത്.

അദ്ദേഹം തുടരുന്നു:

ഇപ്പോൾ പുതിയ സ്വാവലംബന കലാലയങ്ങൾ തുടങ്ങാൻ ഗവൺമെന്റ് ഒരുമ്പെട്ടിരിക്കുന്നു. വിദ്യാഭ്യാസ വിചക്ഷണൻമാ രോടോ സർവകലാശാലകളോടോ ആലോചിച്ചില്ല. കുട്ടികളുടെ ഭാവി ശ്രേയസ് കണക്കാക്കി അനുവദിച്ചതാണെന്ന് ഗവൺമെന്റ് പറയുന്നു. ആണോ? ആണെങ്കിൽ ഏത് കുട്ടികളുടെ? വൻപണ ക്കാർക്ക് മാത്രം പ്രാപ്യമാണ് ഇത്തരം കോളേജുകളെന്ന് ആർക്കാ ണറിഞ്ഞുകൂടാത്ത്? കേരളത്തിൽ എഞ്ചിനീയറിംഗ് ബിരുദധാ രികളോ ബി എഡ് ബിരുദധാരികളോ ഇപ്പോൾ കുറവാണോ? എങ്കിൽ പിന്നെ ഒന്നാംക്ലാസ് വാങ്ങിയ എഞ്ചിനീയർമാർ തെണ്ടി ത്തിരിയുന്നതെന്തുകൊണ്ട്? തൊഴിൽ കിട്ടാതെ എത്രയോ എഞ്ചി നീയർമാർ ഗുമസ്തപ്പണിക്ക് പോയതെനിക്കറിയാം. അപ്പോൾ രാജ്യത്ത് തൊഴിലില്ലായ്മ പരിഹരിക്കാൻ പ്രൊഫഷനൽ കോഴ്സു കൾ തുടങ്ങുന്നു എന്ന വാദം അനാസ്പദം. അതിനുവേണ്ടി സാങ്കേ തികവിദ്യകളിൽ ഗവേഷണ സ്ഥാപനങ്ങൾ തുടങ്ങാം. കാരക്കുടി യിലെ ഇലക്ട്രോ കെമിക്കൽ ഇൻസ്റ്റിറ്റ്യൂട്ട് ഉദാഹരണം. എന്നാൽ ഇവിടെ അതിലല്ല ശ്രദ്ധ. സ്വാധീനശക്തിയുള്ള സമ്പന്നരുടെ മക്കൾക്ക് തൊഴിലവസരമുണ്ടാക്കുക മാത്രമാണ്. അതിനുള്ള മാർഗമോ? കൈക്കൂലി വാങ്ങാൻ കൈ രണ്ടും നീട്ടിയിരിക്കുന്ന സ്ഥാപിത താൽപ്പര്യക്കാരെ പ്രീണിപ്പിക്കുക, സാമുദായിക സംഘ ടനകൾക്ക് കോളേജുകളും സ്കൂളുകളും വീതിച്ചുകൊടുത്ത് അവ രുടെ വോട്ട് നേടുക–ഇതൊക്കെയാണ്.

വിദ്യാർഥികളും അധ്യാപകരും മറ്റു ബഹുജനസംഘടനകളും ചേർന്നു രൂപീകരിച്ച 'വിദ്യാഭ്യാസ സംരക്ഷണ സമിതി'യുടെ ജാഥാപ രിപാടി, തുടർന്നു വിദ്യാർഥികളും അധ്യാപകരും അനധ്യാപകജീവന ക്കാരും നടത്തിയ സമരങ്ങൾ എന്നിവയിലൂടെ ഉന്നയിക്കപ്പെട്ട പ്രശ്ന ങ്ങൾ ഭംഗിയായി അവതരിപ്പിക്കുകയും അവയ്ക്ക് തന്റെ പിന്തുണ നൽകുകയുമാണ് പ്രൊഫസർ ഇവിടെ ചെയ്തത്. കേരളത്തിലങ്ങോള മിങ്ങോളം നടന്ന ലാത്തിച്ചാർജുകൾ, കുത്തുപറമ്പിലെ വെടിവെപ്പ് മുത ലായവയിലൂടെ അടിച്ചമർത്താൻ ഗവൺമെന്റ് ശ്രമിച്ച പ്രക്ഷോഭത്തിന് ഇതിലും വലിയ ന്യായീകരണം നൽകാൻ മറ്റാർക്കും കഴിയുകയില്ല; അത് ചെയ്ത പ്രൊഫസറെ ഞാൻ അഭിനന്ദിക്കുന്നു.

എനിക്ക് അദ്ദേഹത്തോട് അഭിപ്രായവ്യത്യാസമുള്ളത് ഒരു കാര്യ ത്തിൽ മാത്രമാണ്: 'അനീതി' എന്ന് താൻതന്നെ വിളിക്കുന്ന ഗവൺമെന്റിന്റെ ചെയ്തികൾക്കെതിരെ വിദ്യാർഥികൾ സമരരംഗത്തിറ

ങ്ങരുത്, അവർ വിദ്യാലയങ്ങളിലിരുന്ന് പഠിക്കുക മാത്രമേ ചെയ്യാവൂ എന്ന അദ്ദേഹത്തിന്റെ വാദത്തോടാണ് എനിക്ക് യോജിക്കാൻ കഴിയാ ത്തത്.

ഇവിടെ ഒരു കാര്യം വ്യക്തമാക്കട്ടെ: ഇപ്പോൾ നടന്ന സമരം വിദ്യാർഥികൾ ഒറ്റയ്ക്ക് നടത്തിയതല്ല. വിദ്യാർഥികളും അധ്യാപകരും അനധ്യാപകജീവനക്കാരും സമരരംഗത്തുണ്ടായിരുന്നു. കൂടാതെ, യുവ ജന സംഘടനകൾ, ട്രേഡ്‌യൂണിയനുകൾ, കർഷക സംഘങ്ങൾ, കർഷക തൊഴിലാളി യൂണിയനുകൾ, എന്നിവയെല്ലാം സമരത്തിന് സജീവമായ പിന്തുണ നൽകുകയും ചെയ്തു.

കൂത്തുപറമ്പിൽ വെടിയേറ്റു മരിച്ചവരും അതിനുമുമ്പ് പൊലീസിന്റെ ലാത്തിച്ചാർജിനും ലോക്കപ്പ് മർദനത്തിനും ഇരയായവരിൽ വലിയൊരു വിഭാഗവും വിദ്യാർഥി സമൂഹത്തിന് വെളിയിലുള്ളവരാണ്.

പോരെങ്കിൽ 'രക്ഷിതാക്കന്മാ'രെന്ന് പ്രൊഫസർ വിളിക്കുന്ന കേരള ജനതയിൽ ഭൂരിപക്ഷത്തിന്റെ പിന്തുണയുണ്ടെന്ന് വ്യക്തമായ ഇടതുപ ക്ഷജനാധിപത്യ മുന്നണി സമരത്തിന് പൂർണപിന്തുണ നൽകുകയും ചെയ്തു. വിദ്യാർഥികൾ തുടങ്ങിയതാണെങ്കിലും മറ്റെല്ലാ ജനവിഭാഗങ്ങ ളുടെയും പിന്തുണ നേടിയതാണ് ഈ സമരമെന്നർഥം.

ഈ ജനവിഭാഗങ്ങൾ വിദ്യാർഥി സമരത്തിന് പിന്തുണ നൽകിയത് തെറ്റായിരുന്നുവെന്ന് പ്രൊഫസർ വാദിക്കുമോ? എന്തുവന്നാലും, ആരെ തിർത്താലും, സ്വാശ്രയകോളേജ് പദ്ധതി നടപ്പിലാക്കുമെന്ന് ആദ്യം വീര വാദം മുഴക്കിയ ഗവൺമെൻറിനെക്കൊണ്ടുതന്നെ സ്വാശ്രയകോളേജുക ളുടെ കാര്യത്തിൽ സുപ്രീം കോടതിവിധി അനുകൂലമായാലും, ബന്ധ പ്പെട്ടവരുമായി ചർച്ച ചെയ്തേ വിധി നടപ്പിലാക്കുവെന്ന് പിന്നീട് സമ്മ തിച്ചത് വിദ്യാർഥികളുടെയും അവർക്ക് പിന്തുണ നൽകിയ ജനങ്ങളു ടെയും നേട്ടമല്ലേ?

പരിചയ സമ്പന്നനായ മുൻ അധ്യാപകനെന്ന നിലയ്ക്ക് ഇന്നത്തെ വിദ്യാഭ്യാസരീതിയിലും ഗവൺമെൻറിന്റെ വിദ്യാഭ്യാസനയത്തിലും ഉളള ദോഷങ്ങൾ ഗുപ്തൻനായർക്ക് നന്നായി അറിയാം. അവയ്ക്കെതിരെ സമരം നടത്തണമെന്ന് അദ്ദേഹം സമ്മതിക്കുന്നുമുണ്ട്. പക്ഷേ, ആ സമ രത്തിൽനിന്ന് വിദ്യാർഥികൾ മാറിനിൽക്കണം, 'രക്ഷിതാക്കൾ' എന്ന ദ്ദേഹം വിളിക്കുന്ന പൊതുജനങ്ങളാണ് സമരം നടത്തേണ്ടത് എന്നാണ ദ്ദേഹത്തിന്റെ അഭിപ്രായം.

സമരം നടത്തിയത് വിദ്യാർഥികൾ മാത്രമായിരുന്നുവെങ്കിൽ പ്രൊഫസറുടെ വാദത്തിന് അടിസ്ഥാനമുണ്ടാവുമായിരുന്നു. പക്ഷേ, നേരത്തെ സൂചിപ്പിച്ചതുപോലെ, അധ്യാപകരും അനധ്യാപക ജീവന ക്കാരും രക്ഷിതാക്കൻമാരിൽ ബഹുഭൂരിപക്ഷം വരുന്ന വർഗബഹുജന സംഘടനകളും രാഷ്ട്രീയ പാർട്ടികളും ചേർന്നാണ് സമരം നടത്തിയത്. അതുകൊണ്ട് കരുണാകര ഗവൺമെൻറിനെക്കൊണ്ട് നയം മാറ്റിക്കാൻ കഴിഞ്ഞതിലുണ്ടായ വിജയം ജനങ്ങളുടെയൊകെ വിജയമാണ്.

മറ്റെല്ലാ ജനവിഭാഗങ്ങൾക്കും താൽപ്പര്യമുള്ളതാണെങ്കിലും, വിദ്യാ

ഭ്യാസരംഗത്ത് ഉണ്ടാകുന്ന എല്ലാ നന്മകൾക്കും തിന്മകൾക്കും നേരിട്ട് പങ്കുള്ളത് വിദ്യാർഥികൾക്കാണ്. ഗുപ്തൻനായർ തന്നെ അക്കമിട്ട് നിര ത്തിയ ദോഷങ്ങൾ ആദ്യം ചെന്നുവിഴുന്നത് വിദ്യാർഥികളുടെ മേലാണ്. ആ നിലയ്ക്ക് തങ്ങളെ വിശേഷിച്ചും ബാധിക്കുന്ന പ്രശ്നങ്ങളെ ആസ്പ ദമാക്കിയ സമരങ്ങളിൽ നിന്ന് വിദ്യാർഥികൾ ഒഴിഞ്ഞുനിൽക്കാൻ പറയു ന്നത് മിതമായ ഭാഷയിൽ പറഞ്ഞാൽ അരാഷ്ട്രീയ വാദമാണ്.

ജനങ്ങളെയാകെ ബാധിക്കുന്ന പ്രശ്നങ്ങളിൽ വിദ്യാർഥികൾ നിസ്സംഗത പാലിക്കണമെന്ന് പറയുന്നതിനർഥം ഭാവിജീവിതം രൂപപ്പെ ടുത്തുന്നതിൽ വിദ്യാർഥികൾക്കൊരു പങ്കും ഉണ്ടായിരിക്കരുതെന്നാണ്. 'ഇന്നത്തെ വിദ്യാർഥികൾ നാളത്തെ പൗരൻമാരാണ്' എന്ന് കണ്ട് നാളെ യിലേക്ക് വേണ്ട തയ്യാറെടുപ്പ് ഇന്നുതന്നെ നടത്തിയാലേ വിദ്യാർഥിജീ വിതം പൂർത്തിയാവുകയുള്ളൂ എന്ന സത്യത്തിന്റെ നിഷേധമാണിത്.

തങ്ങളെ നേരിട്ട് ബാധിക്കുന്നതടക്കം രാജ്യത്തെ പൊതുവിൽ ബാധി ക്കുന്ന എല്ലാ പ്രശ്നങ്ങളിലും തങ്ങളുടെ നിലപാട് കൂട്ടായി പറയാനും അതനുസരിച്ച് സംഘടിതമായി പ്രവർത്തിക്കാനും വിദ്യാർഥികൾക്കുള്ള അവകാശവും കടമയുമാണ് പ്രൊഫസർ ഇതുമൂലം നിഷേധിക്കുന്നത്.

വായനക്കാരുടെ ആഴങ്ങളിൽ, 1995 ജനുവരി 1

4

വിദ്യാർഥിരാഷ്ട്രീയം

'വിദ്യാഭ്യാസ സുരക്ഷാസമിതി' എന്ന ഒരു സംഘടനയ്ക്ക് രൂപം നൽകുന്നതിന് കേരളത്തിന്റെ പൊതുജീവിതത്തിൽ സ്വന്തം വ്യക്തിമുദ്ര പതിപ്പിച്ച പലരും നേതൃത്വം നൽകിയിട്ടുണ്ട്. അവരുടെ ഒരു പ്രസിദ്ധീക രണത്തിന്റെ തലക്കെട്ട് *വിദ്യാർഥി രാഷ്ട്രീയം എങ്ങോട്ട്?* എന്നാണ്. അതിന്റെ അവതാരികാകാരനായ ഗുപ്തൻനായർ ഇങ്ങനെ പറയുന്നു:

> നമ്മുടെ വിദ്യാലയങ്ങളിൽ പഠിപ്പൊന്നും നടക്കുന്നില്ലെന്ന് ആരും പറഞ്ഞിട്ടില്ല, പറയുകയുമില്ല. പക്ഷേ, കുട്ടികൾ ഒന്ന് ഇരുന്നുകൊ ടുത്തിട്ടു വേണമല്ലോ പഠിപ്പിക്കാൻ. കുട്ടികൾക്ക് ക്ലാസിൽ ഇരി ക്കാൻ നേരമില്ല. അവർക്ക് സമരം സംഘടിപ്പിക്കണം. നോട്ടീസ് അച്ചടിപ്പിക്കണം, പാർട്ടി ആപ്പീസുകളിൽ കയറി ഇറങ്ങണം, പറ യുമ്പോഴൊക്കെ പ്രതിഷേധിക്കണം, പറയുന്നിടത്തൊക്കെ ഓടണം, അതിനിടയിൽ അൽപ്പം സമയം കിട്ടിയാൽ ക്ലാസിൽ ഇരുന്നുതരും.

ഈ ചുവട് പിടിച്ചിട്ടാണ് ഈ ഗ്രന്ഥത്തിലെഴുതിയ മുപ്പത് ലേഖ കൻമാർ 'വിദ്യാർഥി രാഷ്ട്രീയ'ത്തിൽ തങ്ങൾക്കുള്ള മനോവേദന പ്രക ടിപ്പിച്ചത്. ലേഖകരിൽ ഒരാളായ അച്യുതമേനോനും ഈ അഭിപ്രായ ക്കാരനാണ്. എങ്കിലും അദ്ദേഹത്തിന് മറ്റുള്ളവരെക്കാളും കൂടുതൽ യാഥാർഥ്യബോധം ഉണ്ട്. അദ്ദേഹം ചോദിക്കുന്നു:

> നമ്മൾ കുറേപ്പേർ അഭിപ്രായം പറഞ്ഞതുകൊണ്ട് ഇത് നിൽ ക്കുമോ? നിൽക്കില്ല എന്നാണ് എന്റെ അഭിപ്രായം. അപ്പോൾപ്പിന്നെ നാം പ്രസ്താവനയിറക്കുകയും പ്രസംഗിക്കുകയും മറ്റും ചെയ്ത തുകൊണ്ട് എന്താണ് പ്രയോജനം?

ചെയ്യേണ്ടതെന്തെന്ന കാര്യത്തിൽ മേനോന് വ്യക്തമായ അഭിപ്രാ
യമുണ്ട്.

ഇത് നിർത്തണമെങ്കിൽ നമ്മുടെ നാട്ടിലെ രാഷ്ട്രീയ പാർട്ടികൾ
തന്നെ വിചാരിക്കണം. ഒരു രാഷ്ട്രീയപാർട്ടി മാത്രമായി അങ്ങനെ
ഒരു ചുവടുവെക്കാൻ മുൻകൈ എടുക്കുമെന്ന് വിശ്വസിക്കാൻ വയ്യ.
അതുകൊണ്ട് വിവിധ രാഷ്ട്രീയപാർട്ടികൾ തമ്മിൽ ഒത്തുചേർന്ന്
ഒരു പെരുമാറ്റച്ചട്ടത്തിൽ ഒപ്പുവെപ്പിക്കാൻ നമുക്ക് കഴിയുമോ? കേര
ളത്തിലെ ഏറ്റവും പ്രബലമായ രാഷ്ട്രീയപാർട്ടികളായ
മാർക്സിസ്റ്റ് പാർട്ടി, കോൺഗ്രസ് (ഐ) എന്നിവതൊട്ട് ഭരണപ
ക്ഷത്തും പ്രതിപക്ഷത്തുമുള്ള എല്ലാ രാഷ്ട്രീയപാർട്ടികളുടെയും
നേതാക്കൻമാരെ കണ്ട്, നാം അഭ്യർഥന നടത്തുകയും, ആശയ
വിനിമയം നടത്തുകയും വേണം. മേൽപറഞ്ഞ പോലെയുള്ള ഒരു
പെരുമാറ്റച്ചട്ടത്തിൽ അവരെയെല്ലാം ഒന്നിച്ചുകൊണ്ടു വരാൻ
നമുക്ക് കഴിയണം.

ഇതുമാത്രം കൊണ്ട് കാര്യം നടക്കുമെന്ന വ്യാമോഹം മേനോനില്ല.
അതുകൊണ്ട് അദ്ദേഹം തുടരുന്നു:

മാതാപിതാക്കന്മാരെയും രക്ഷിതാക്കളെയും നാം സമീപിക്കണം.
അവർക്ക് ഇക്കാര്യത്തിൽ ഉൽക്കണ്ഠയില്ലെങ്കിൽ പിന്നെ മറ്റുള്ള
വർ എന്തിന് മെനക്കെടുന്നു എന്ന ചോദ്യത്തിന് പ്രസക്തിയുണ്ട്.
വാസ്തവത്തിൽ അവർക്കെല്ലാം വളരെയധികം ഉൽക്കണ്ഠ ഉണ്ടെ
ന്നാണ് എനിക്ക് തോന്നിയത്. കേവലം നിസ്സഹായതകൊണ്ടും
സംഘടിതരാഷ്ട്രീയകക്ഷികളെ നേരിടാനുള്ള അധൈര്യംകൊണ്ടു
മാണ് അവർ നിശ്ശബ്ദരും നിഷ്ക്രിയരുമായി കഴിഞ്ഞുകൂടുന്നത്.

ഓരോ സ്കൂളിലെയും വിദ്യാർഥികളുടെ രക്ഷിതാക്കളുടെ സമി
തികളുണ്ടാക്കി ഇക്കാര്യത്തിൽ പ്രവർത്തിക്കാൻ മുന്നോട്ടുവരണ
മെന്ന് അഭ്യർഥിക്കണം, പ്രേരിപ്പിക്കണം.

പക്ഷേ പ്രസക്തമായ ഒരു ചോദ്യത്തിന് ഉത്തരം നൽകാൻ മേനോന്
പോലും കഴിഞ്ഞിട്ടില്ല. വലുതും ചെറുതുമായ എല്ലാ രാഷ്ട്രീയകക്ഷി
കളും എന്തുകൊണ്ട് 'വിദ്യാർഥി രാഷ്ട്രീയ'ത്തിന് പ്രേരണ നൽകുന്നു.
എന്തുകൊണ്ട് ഈ രാഷ്ട്രീയ പാർട്ടികളുടെ മുമ്പിൽ രക്ഷിതാക്കൾ നിസ്സ
ഹായരും സംഘടിത രാഷ്ട്രീയകക്ഷികളെ നേരിടാൻ ധൈര്യമില്ലാത്ത
വരുമായിത്തീരുന്നു?

ഈ ചോദ്യത്തിന് ഉത്തരംകണ്ടാൽ മാത്രമേ മേനോൻ നിർദേശി
ക്കുന്ന പെരുമാറ്റച്ചട്ടം ഉണ്ടാക്കാനും അത് പ്രയോഗത്തിൽ വരുത്താനും
കഴിയുകയുള്ളൂ. എന്റെ അഭിപ്രായത്തിൽ അതിനുള്ള ഉത്തരമാണ് താഴെ

കൊടുക്കുന്നത്.

നമ്മുടെ വിദ്യാർഥി സമൂഹം ഒറ്റപ്പെട്ടുനിൽക്കുകയല്ല, മറ്റെല്ലാ ജന വിഭാഗങ്ങളുമായി ബന്ധപ്പെട്ടാണിരിക്കുന്നത്. ജനങ്ങളെ പൊതുവിൽ അസ്വസ്ഥരാക്കുന്ന എല്ലാ പ്രശ്നങ്ങളും വിദ്യാർഥികളെയും നേരിടുന്നു. അപ്പോൾ 'വിദ്യാലയ രാഷ്ട്രീയ'ത്തെ രാജ്യത്തെ പൊതു രാഷ്ട്രീയ ത്തിൽനിന്ന് ഒഴിച്ചുനിർത്താനാവില്ല. രാജ്യത്ത് പൊതുവിൽ നടമാടുന്ന അരാജകാവസ്ഥയുടെ ഒരു പ്രതിഫലനമാണ് 'വിദ്യാർഥി രാഷ്ട്രീയം'. രാജ്യത്തെ രാഷ്ട്രീയത്തിന്റെ പൊതുവിൽ ഉള്ള സ്ഥിതിയിൽ ആരോ ഗ്യകരമായ മാറ്റം വരുത്താതെ വിദ്യാലയങ്ങളിൽ സമാധാനപരമായ അന്ത രീക്ഷം കൈവരുത്താൻ കഴിയുകയില്ല.

ഉദാഹരണത്തിന് ഈ പ്രസിദ്ധീകരണത്തിലടങ്ങിയ ലേഖനങ്ങളി ലൊന്നിന്റെ തലക്കെട്ട് 'സ്കൂളുകളിൽ രാഷ്ട്രീയം നിരോധിക്കണം' എന്നാണ്. രാജ്യത്ത് പൊതുവിൽ നിരോധിക്കാത്ത രാഷ്ട്രീയം സ്കൂളുക ളിൽ നിരോധിക്കാൻ കഴിയുമോ? കോൺഗ്രസ് (ഐ), ബി ജെ പി, ഇട തുപക്ഷ പാർട്ടികളും ദേശീയമുന്നണിയും ചേർന്ന കൂട്ടുകെട്ട് എന്നിവ അഖിലേന്ത്യാതലത്തിലും ഇടതുപക്ഷ ജനാധിപത്യമുന്നണി, ജനാധി പത്യ മുന്നണി എന്നിവ കേരളത്തിലും സംഘടിതമായി പ്രവർത്തിക്കു മ്പോൾ, അതിന്റെ സ്വാധീനത്തിൽനിന്ന് വിദ്യാലയങ്ങളെ ഒഴിച്ചുനിർത്താ നാവുമോ? വിവിധ രാഷ്ട്രീയപാർട്ടികളുടെ പ്രചാരവേലയുടെയും സംഘ ടിത പ്രവർത്തനത്തിന്റെയും അല, വിദ്യാർഥികളിലും അവരുടെ രക്ഷി താക്കളിലും അടിക്കാതിരിക്കുമോ? ഈ അലയടി വിവിധ രാഷ്ട്രീയപാർട്ടി കളോട് കൂറുള്ള വിദ്യാർഥി സംഘടനകളുടെ പ്രവർത്തനത്തിലും ഏറ്റ മുട്ടലിലും ചെന്നെത്തുന്നത് ഒഴിവാക്കാൻ കഴിയുമോ?

'വിദ്യാലയ രാഷ്ട്രീയം നിരോധിക്കുക'യെന്ന സമീപനം രാജ്യത്ത് രാഷ്ട്രീയം നിരോധിക്കണം, രാഷ്ട്രീയപാർട്ടികളെ നിയമവിരുദ്ധമാ ക്കണം എന്ന നിർദേശത്തിൽ സ്വാഭാവികമായി ചെന്നെത്തും. അതിലേ ക്കുള്ള ഭാഗികനീക്കമാണ് ഇന്ദിരാഗാന്ധി പ്രഖ്യാപിച്ച അടിയന്തരാവസ്ഥ –അതാവർത്തിക്കണമെന്നോ 'വിദ്യാഭ്യാസ സുരക്ഷാസമിതി' നിർദേശി ക്കുന്നത്?

ഭരണഘടനയിൽ വ്യക്തമായി വ്യവസ്ഥപ്പെടുത്തിയ ഒന്നാണ് സംഘടനാസ്വാതന്ത്ര്യം. ജനങ്ങൾക്ക് പൊതുവിൽ എന്നപോലെ വിദ്യാർഥികൾക്കും സംഘടനാസ്വാതന്ത്ര്യമുണ്ട്. തങ്ങൾക്ക് ഇഷ്ടമുള്ള രാഷ്ട്രീയ പാർട്ടിയുടെ നേതൃത്വമംഗീകരിക്കാൻ മറ്റു ജനവിഭാഗങ്ങൾക്കെ ന്നപോലെ വിദ്യാർഥികൾക്കും സ്വാതന്ത്ര്യമുണ്ട്. അത് ഉപയോഗിച്ച് വിവിധ വിദ്യാർഥിസംഘടനകൾ രൂപംകൊള്ളുമ്പോൾ അവ തമ്മിൽ തർക്കവും ഏറ്റുമുട്ടലുകളും നടന്നേക്കും. ആ അർഥത്തിൽ വിദ്യാലയങ്ങളെ രാഷ്ട്രീ യത്തിൽനിന്ന് മോചിപ്പിക്കാനാവുകയില്ല.

പക്ഷേ, തികഞ്ഞ യാഥാർഥ്യബോധത്തോടെ അച്യുതമേനോൻ വെക്കുന്ന ഒരു നിർദേശം–വിവിധ രാഷ്ട്രീയ പാർട്ടികളും രക്ഷകർതൃ സംഘടനകളും ചേർന്ന് ഒരു പെരുമാറ്റച്ചട്ടം ഉണ്ടാക്കൽ–പ്രായോഗിക മാണ്. അതിനാണ് 'വിദ്യാഭ്യാസ സുരക്ഷാസമിതി' മുൻകയ്യെടുക്കേണ്ടത്.

എന്നാൽ, ഇതിന് സഹായകരമല്ല ഈ പ്രസിദ്ധീകരണത്തിൽ സമാ ഹരിച്ച മിക്ക ലേഖനങ്ങളും. രാഷ്ട്രീയപാർട്ടികളോട് പൊതുവിലും, ഇട തുപക്ഷ പാർട്ടികളോട് വിശേഷിച്ചും, ഒടുങ്ങാത്ത വൈരമാണ് ലേഖന കർത്താക്കൾ പ്രകടിപ്പിക്കുന്നത്.

തങ്ങൾ ഇഷ്ടപ്പെട്ടാലും ഇല്ലെങ്കിലും, രാഷ്ട്രീയപാർട്ടികൾ ഇവിടെ തുടർന്നും നിലനിൽക്കുമെന്നും അവയുടെ സ്വാധീനം വിദ്യാലയങ്ങളി ലേക്കും വ്യാപിക്കുമെന്നുമുള്ള യാഥാർഥ്യം മനസിലാക്കാതെ രാഷ്ട്രീയ പാർട്ടികളെ ശപിക്കുകയാണ് അച്യുതമേനോൻ ഒഴിച്ചുള്ള മറ്റെല്ലാ ലേഖ കരും ചെയ്യുന്നത്.

1992 മാർച്ച് 1

5

വിദ്യാർഥി രാഷ്ട്രീയം: അടിസ്ഥാനമെന്ത്?

നമ്മുടെ വിദ്യാഭ്യാസരംഗം വിവരണാതീതമാംവണ്ണം വഷളായി രിക്കയാണല്ലോ. കഴിഞ്ഞ ഒന്നുരണ്ടു വർഷമായി ഈ രംഗം വിവാ ദപരമായ ചർച്ചകൾക്ക് വിധേയമായിട്ടുണ്ട്. ചില മഹാരഥന്മാർ–താങ്കൾ ഉൾപ്പെടെ–ഹൈസ്കൂൾ തലം വരെയുള്ള ഘട്ടത്തിൽ സംഘർഷാവസ്ഥ ലഘൂകരിച്ച് വിദ്യാഭ്യാസാടിത്തറ മെച്ചപ്പെടുത്തുന്നതിന് സഹായകരമാ യാണ് പ്രതികരിച്ചത്. എങ്കിലും പ്രായോഗികമായി മാറ്റങ്ങളൊന്നും ഉണ്ടാ കാതെ വർഷങ്ങൾ ഓരോന്നു കൊഴിഞ്ഞു പോകുകയാണ്.

പുസ്തകത്തിന്റെയും മറ്റും തീവില, കഠിനതരമായ യാത്ര, മറ്റ് ചെല വുകൾ എന്നിവ സഹിച്ച് സ്വന്തം വയറുമുറുക്കി വിദ്യാലയങ്ങളിലേക്കയ ക്കപ്പെടുന്ന നമ്മുടെ സാധാരണക്കാരുടെ മക്കൾ പ്രാഥമിക ഘട്ടത്തിൽ തന്നെ സമരങ്ങളിൽ കുടുങ്ങി വർഷങ്ങൾ തള്ളിനീക്കി ശാരീരികമായി മാത്രം വലുതായി പത്തിൽ തോറ്റ് പുറത്തിറങ്ങുന്ന കാഴ്ച ഹൃദയഭേ ദകം തന്നെയാണ്!

വരേണ്യവിദ്യാഭ്യാസ നയത്തിനെതിരെയുള്ള പോരാട്ടമെന്നാണ് വിദ്യാഭ്യാസരംഗത്തെ പോരാട്ടങ്ങളുടെ ആകെത്തുകയായി വിവക്ഷിക്ക പ്പെടുന്നത്. എന്നാൽ ഈ വരേണ്യവിഭാഗം സമരങ്ങളും സംഘടനകളും എത്തിനോക്കാത്ത സ്വകാര്യ വിദ്യാലയങ്ങൾ മുഖേന തടസമൊന്നും കൂടാതെ തങ്ങളുടെ അടുത്ത തലമുറയെ വാർത്തെടുക്കുന്നു. പ്രസംഗ ത്തിൽ മാത്രം 'ആദർശം' ഒതുക്കുന്ന നേതാക്കന്മാരും (എല്ലാവരും ഇല്ല) സുരക്ഷിതരായി തങ്ങളുടെ മക്കളെ അത്തരം കേന്ദ്രങ്ങളിലയച്ച് രക്ഷ പ്പെടുന്നു. ആദർശനിഷ്ഠരും നിർധനരുമായ ഇടത്തരക്കാരുടെ വളരെ മിടുക്കരായ മക്കളാകട്ടെ മേൽപ്പറഞ്ഞ നയത്തിനെതിരായതെന്ന പേരി ലുള്ള സമരാഗ്നിയിൽ ഹോമിക്കപ്പെടുന്നു!

ഹൈസ്കൂൾ തലങ്ങളിൽ നടക്കുന്ന സമരങ്ങൾ ഇന്നൊരു പുതിയ പ്രവണതയിലേക്ക് കടന്നിട്ടുണ്ട്. കുസൃതികളും പഠനത്തിൽ താൽപ്പര്യം ലേശമില്ലാത്തവരും രക്ഷിതാക്കളുടെ വരുതിക്ക് അന്യരുമായ വിരലിലെണ്ണാവുന്ന വിദ്യാർഥികൾ മാത്രം പ്രസക്തിയറ്റ ആവശ്യങ്ങൾ പറഞ്ഞു ചെയ്യുന്ന സമരാഭാസങ്ങൾക്കുപോലും മുഴുവൻ വിദ്യാർഥികളെയും ക്ലാസിൽ നിന്നിറക്കി വിട്ടുകൊടുക്കാൻ അധ്യാപകർ നിർബന്ധിതരാകുന്ന അവസ്ഥയെയാണ് സൂചിപ്പിക്കുന്നത്. സർക്കാർ സ്കൂളിൽ പഠിക്കുന്ന പാവപ്പെട്ട വിദ്യാർഥികളിലും ഏറെ പ്രതിഭകളുണ്ട്. ആ പ്രതിഭകളെ വികസിപ്പിച്ച് സമൂഹത്തിന് ഉപയുക്തമാക്കാൻ വെമ്പൽ കൊള്ളുന്ന അധ്യാപകർ നിരാശരായി വർഷങ്ങൾ തള്ളിനീക്കുന്നു.

ഓരോ വിദ്യാലയവും സമരവിമുക്തമാക്കാൻ (സമരത്തെ നിഷേധിക്കാതെ, തള്ളിപ്പറയാതെ തന്നെ) അധ്യാപകരും രക്ഷിതാക്കളും കിണഞ്ഞു ശ്രമിക്കുമ്പോൾ കേരളത്തിലെ ഏറ്റവും വലിയ വിദ്യാർഥി പ്രസ്ഥാനത്തെയും ലോകത്തിലെ തന്നെ ഏറ്റവും വലിയ അധ്യാപക പ്രസ്ഥാനത്തെയും നയിക്കുന്ന പാർട്ടി-സി പി ഐ (എം)- ഇക്കാര്യത്തിൽ നിസ്സംഗത പാലിക്കുകയാണെന്ന അഭിപ്രായത്തോട് താങ്കൾ എങ്ങനെ പ്രതികരിക്കുന്നു? പാർട്ടി ഇക്കാര്യം ഗൗരവമായി എടുക്കേണ്ട തല്ലേ?

പറക്കോട്ട് രാഘവൻ

മറ്റു പലരും എന്നപോലെ ചോദ്യകർത്താവും വിദ്യാഭ്യാസമേഖലയെ പൊതു സാമൂഹ്യ-രാഷ്ട്രീയ ജീവിതത്തിൽ നിന്ന് ഒറ്റപ്പെടുത്തിയെടുത്ത് പരിശോധിക്കുകയാണ്. "നമ്മുടെ വിദ്യാഭ്യാസരംഗം വിവരണാതീതമാംവണ്ണം വഷളായിക്കൊണ്ടിരിക്കു"ന്നതിന് രാജ്യത്തെ സാമൂഹ്യ-രാഷ്ട്രീയ സ്ഥിതിഗതികളുമായി ബന്ധമുണ്ട്. ആ സ്ഥിതിഗതികളിൽ മാറ്റം വരുത്തുന്നതിനാവശ്യമായ പ്രവർത്തനം നടത്താതെ വിദ്യാഭ്യാസമേഖല നേരെയാക്കാൻ കഴിയുകയില്ല. ഈ സത്യം ചോദ്യകർത്താവ് കാണുന്നില്ല.

ഇന്നത്തെ വിദ്യാഭ്യാസരീതി എന്താണ് ചെയ്യുന്നതെന്ന് ചോദിച്ചാൽ "അഭ്യസ്തവിദ്യരായ തൊഴിലില്ലാത്ത"വരെ സൃഷ്ടിക്കുന്നുവെന്നാണ് ഉത്തരം. ഒരു കൊച്ചുകുട്ടിയെ ശിശുക്ലാസിൽ ചേർക്കുമ്പോൾ അവനെ അല്ലെങ്കിൽ അവളെ ബിരുദധാരിയും ബിരുദാനന്തര ബിരുദധാരിയുമാക്കി 'വെള്ളക്കോളർ' ജോലി നേടണമെന്ന ലക്ഷ്യമാണ് രക്ഷിതാക്കൾ മുന്നിൽ വെക്കുന്നത്. സ്വന്തമായ വയലിൽ കാർഷികോൽപ്പാദനം നടത്താനോ, വ്യവസായശാലകൾ നടത്താനോ, അതുപോലെ ഉൽപ്പാദനപരമായ മറ്റു ജോലികളിൽ ഏർപ്പെടാനോ ബാലികാബാലന്മാരെ തയ്യാറാക്കണമെന്ന യാതൊരു വിചാരവും വിദ്യാഭ്യാസവിചക്ഷണർക്കും കുട്ടികളുടെ രക്ഷിതാക്കൾക്കും ഇല്ല. അതുകൊണ്ട് മെയ്യനങ്ങി പണിയെടുക്കാൻ വിമുഖത സൃഷ്ടിക്കുന്ന കോളേജുകളുടെയും സർവകലാശാലകളുടെയും എണ്ണം പെരുകുന്നു-അതോടൊപ്പം അഭ്യസ്തവിദ്യരായ തൊഴിലില്ലാത്തവരുടെയും.

ഈ സ്ഥിതി അവസാനിപ്പിക്കാനാണ് മഹാത്മാഗാന്ധി മുൻകൈ എടുത്ത് ഡോക്ടർ സക്കീർ ഹുസൈയിന്റെ നേതൃത്വത്തിൽ അടിസ്ഥാന വിദ്യാഭ്യാസ പദ്ധതി ആവിഷ്കരിച്ചത്. പക്ഷെ അത് നടപ്പിൽ വരുത്തേണ്ട മന്ത്രിമാരും വിദ്യാഭ്യാസവിചക്ഷണരും "വെള്ളക്കോളർ" ജോലിക്കാരുടെ സംസ്കാരവും അതിനൊത്ത വിദ്യാഭ്യാസവും എന്ന കാഴ്ചപ്പാടാണ് വെച്ചുപുലർത്തിയത്. അതുകൊണ്ട് മെയ്യനങ്ങി പണിയെടുക്കാൻ തയ്യാ റില്ലാത്ത അഭ്യസ്തവിദ്യരെ സൃഷ്ടിക്കുന്ന വിദ്യാഭ്യാസരീതി തുടർന്നു.

അതേസമയത്ത് സർക്കാരിന്റെയും പൊതുമേഖലാസ്ഥാപനങ്ങളു ടെയും സ്വകാര്യമേഖലാ സ്ഥാപനങ്ങളുടെയും നിയന്ത്രണത്തിലുള്ള "വെ ള്ളക്കോളർ" ജോലിക്കാർ പരിമിതമാണ്. അങ്ങനെ മെയ്യനങ്ങി പണി യെടുക്കുന്നതിനെതിരായ സംസ്കാരം ഉൾക്കൊണ്ട യുവതീയുവാക്കൾ ജോലി കിട്ടാൻ വഴിയില്ലാതെ തെണ്ടുന്നു. അവർ സ്വാഭാവികമായി പ്രക്ഷോഭസമരങ്ങളുടെ രംഗത്തിറങ്ങുന്നു. ആ പ്രക്ഷോഭസമരങ്ങൾ വിദ്യാ ലയങ്ങളിലും അലയടിക്കുന്നു. ഇതാണ് "വിദ്യാർഥി രാഷ്ട്രീയം" എന്ന് എതിരാളികൾ ആക്ഷേപിക്കുന്ന പ്രതിഭാസത്തിന്റെ പിന്നിലുള്ള വസ്തു നിഷ്ഠ സാഹചര്യങ്ങളിൽ ഒന്ന്.

ഇതോടൊപ്പം വിദ്യാർഥികളുടെയും രക്ഷിതാക്കളുടെയും മേൽ ഗവൺമെന്റ് തുടരെത്തുടരെ ചുമത്തുന്ന പുതിയ പുതിയ ഭാരങ്ങളുമു ണ്ട്. ഫീസ് വർധന, പുസ്തകങ്ങളുടെയും മറ്റ് അധ്യയനോപകരണങ്ങളു ടെയും വിലക്കയറ്റം, ബസ് കൂലിയിലും റെയിൽക്കൂലിയിലും വരുത്തുന്ന വർധന-ഇതെല്ലാം വിദ്യാർഥികളെയും അവരുടെ രക്ഷിതാക്കളെയും അസംതൃപ്തരാക്കുന്നു.

ഈ സാഹചര്യത്തിൽ വിദ്യാർഥികൾ പ്രക്ഷോഭങ്ങളുടെയും സമര ങ്ങളുടെയും മാർഗം അംഗീകരിക്കുന്നതിൽ അത്ഭുതമുണ്ടോ? പ്രൊഫ സർ ഗുപ്തൻ നായരുടെയും മറ്റും നേതൃത്വത്തിലുള്ള "വിദ്യാഭ്യാസ സുരക്ഷാ സമിതി"യോ അതിനെ പിന്താങ്ങുന്ന *മാതൃഭൂമി-മനോരമാദി* പത്രങ്ങളോ എത്ര നിലവിളിച്ചാലും, "വിദ്യാർഥി രാഷ്ട്രീയം" ഇല്ലാതാ വുകയില്ലെന്ന് അവർക്ക് മനസിലാവുകയില്ലെങ്കിൽ പോലും ചോദ്യ കർത്താവിനെ പോലുള്ളവർ മനസിലാക്കേണ്ടതല്ലേ?

എന്നാൽ, ഭരണകർത്താക്കൾക്കും അവരുടെ ശിങ്കിടികളായ പത്ര ക്കാർക്കും ഇല്ലാത്ത യാഥാർഥ്യബോധവും ഉത്തരവാദിത്വബോധവും വിദ്യാർഥികൾക്കും അധ്യാപകർക്കും പൊതുജനങ്ങൾക്കും ഉണ്ടാവണ മെന്നാണ് എന്റെ അഭിപ്രായം. വിദ്യാഭ്യാസരീതിയിൽ അടിമുടി മാറ്റം വരുത്തി, മെയ്യനങ്ങി പണിയെടുക്കാൻ വേണ്ട മനോഭാവവും പരിശീല നവും നൽകുന്നതോടൊപ്പം, പ്രകൃതി ശാസ്ത്രങ്ങളിലും സാമൂഹ്യശാ സ്ത്രങ്ങളിലും വിജ്ഞാനം സമ്പാദിക്കാൻ കൂടി സഹായിക്കുന്ന ഒരു വിദ്യാഭ്യാസരീതി ഏർപ്പെടുത്തുന്നതിനും വിദ്യാർഥികളുടെയും രക്ഷിതാ ക്കളുടെയും മേൽ താങ്ങാൻ വയ്യാത്ത ഭാരം വെച്ചുകെട്ടുന്ന ഗവൺമെന്റ് നയങ്ങൾ മാറ്റിക്കാനും വേണ്ടി സംഘടിതമായി പ്രവർത്തിക്കുന്നതോ ടൊപ്പം വിദ്യാലയങ്ങളിൽ അധ്യയനവും അധ്യാപനവും സുഗമമായി നട

ത്താൻ വേണ്ട അന്തരീക്ഷം സൃഷ്ടിക്കുന്നതിന്റെ ഉത്തരവാദിത്വം വിദ്യാർ ഥികളും അധ്യാപകരും ഏറ്റെടുക്കണം. ന്യായമായ ആവശ്യങ്ങൾക്കു വേണ്ടി നടക്കുന്ന പ്രക്ഷോഭങ്ങളും സമരങ്ങളും അന്യായമായ മാർഗ ങ്ങളിലേക്ക് മാറിപ്പോകാതിരിക്കാനും വിദ്യാലയജീവിതത്തിൽ സമാധാ നാന്തരീക്ഷം നിലനിർത്താനും വേണ്ട മുൻകൈ വിദ്യാർഥികളും അധ്യാ പകരും എടുക്കണം.

പക്ഷെ, അത് നടക്കണമെങ്കിൽ തന്നെ സംഘടിത വിദ്യാർഥി പ്രസ്ഥാ നത്തെയും അധ്യാപക പ്രസ്ഥാനത്തെയും ശത്രുതയോടെ വീക്ഷിക്കുന്ന ഭരണക്കാർ, അവരുടെ ശിങ്കിടികളായ കുത്തകപത്രങ്ങൾ എന്നിവരുടെ നിലപാട് ആകെ മാറ്റണം. ഇതില്ലാതെ എന്നെപ്പോലുള്ള ചില വ്യക്തി കൾ വിചാരിച്ചാൽ വിദ്യാഭ്യാസരംഗം നന്നാവുമെന്ന ചോദ്യകർത്താവിന്റെ ധാരണ തിരുത്തേണ്ടിയിരിക്കുന്നു.

1993 ജൂലൈ 23

6

അളവുകോൽ പ്രായമല്ല, കഴിവാണ്

ഈ കഴിഞ്ഞ നിയമസഭാ തിരഞ്ഞെടുപ്പിൽ മാർക്സിസ്റ്റ് പാർട്ടി, യുവജന വിദ്യാർഥിരംഗത്തു നിന്നും ഉള്ള ചെറുപ്പക്കാർക്ക് കൂടു തൽ പ്രാതിനിധ്യം കൊടുത്തിരുന്നു. ഡി വൈ എഫ് ഐ പോലുള്ള സംഘങ്ങളിൽ നിലവിൽ ഭാരവാഹിത്വം വഹിക്കുന്ന വ്യക്തികളും അക്കു ട്ടത്തിൽ ഉൾപ്പെടുന്നു. യുവാക്കളെ ശ്രദ്ധിക്കുകയേ വേണ്ട എന്ന അർഥ ത്തിലല്ല ഇതെഴുതുന്നത്. മറിച്ച്, ഭാവിയിൽ യുവാക്കളുടെ പ്രവർത്തനം പാർലമെന്ററി വ്യാമോഹത്തിന് അടിമപ്പെടത്തക്ക വിധം 'അൽപ്പം അധി കമായി' എന്ന് എനിക്ക് തോന്നുന്നു. ഇതിനുമുമ്പുള്ള തിരഞ്ഞെടുപ്പുക ളിൽ ഒന്നിലും ഇത്തരക്കാർക്ക് ഇത്രയധികം പ്രാധാന്യം കൊടുത്തിരു ന്നില്ല എന്നുള്ളത് ഒരു വസ്തുതയാണ്. കമ്യൂണിസ്റ്റ് പാർട്ടി യുവജന ങ്ങൾക്ക് പ്രോത്സാഹനം കൊടുക്കുന്നില്ല എന്നുള്ള ആരോപണം ആ സന്ദർഭങ്ങളിലൊക്കെ ചിലർ ഉയർത്തിയിരുന്നു. രാഷ്ട്രീയ രംഗത്ത് അറിവും പക്വതയും പ്രവർത്തന പരിചയവും അനുഭവജ്ഞാനവും കൂടു തൽ ഉള്ളവർക്ക് മുൻതൂക്കം കൊടുക്കുകയാണ് ചെയ്യുന്നത് എന്നാണ് അന്ന് പാർട്ടി വക്താക്കൾ പ്രതികരിച്ചത്. എന്നാൽ പ്രസ്താവ്യമായ ഇപ്പോഴത്തെ മാറ്റത്തിന് അടിസ്ഥാനമായി കാണുവാൻ കഴിയുന്ന ഒന്നു രണ്ട് സംഗതികളുണ്ട്.

1. യുവജനങ്ങൾക്ക് പ്രാതിനിധ്യം കൊടുക്കുന്നില്ല എന്നുള്ള 'കമ്യൂ ണിസ്റ്റ് വിരുദ്ധ പ്രേതബാധ' പിടിച്ചവരുടെ വാദഗതിയെ ഇല്ലായ്മ ചെയ്യുക.

2. തിരഞ്ഞെടുപ്പിൽ യുവത്വത്തിന്റെ പ്രസരിപ്പ് പെരുപ്പിച്ചു കാണിച്ച്, അതിൽ കടിച്ചുതൂങ്ങി വോട്ടുനേടുക എന്ന 'ഒറ്റമൂലി' പ്രായോഗിക്കുക,

ഇതിൽ രണ്ടിലും അടങ്ങിയിരിക്കുന്ന ചില ദൃശ്യവശങ്ങളുണ്ട്. ഒന്നാ മത്തേതാണ് അതിന് അടിസ്ഥാനമെങ്കിൽ, വിമർശനങ്ങൾക്കും പ്രതിക രണങ്ങൾക്കും അനുസരിച്ച് നിലപാട് മാറ്റുക എന്നുള്ളത് ചെരുപ്പിനനു

സരിച്ച് കാലുമുറിക്കുന്നതിന് തുല്യമല്ലേ? വോട്ടുനേടുക എന്ന രണ്ടാ
മത്തെ കാരണമാണ് അടിസ്ഥാനമെങ്കിൽ കാലം കഴിയും തോറും പ്രതി
നിധ്യം ലഭിക്കുന്ന ചെറുപ്പക്കാരുടെ എണ്ണം വർധിപ്പിക്കേണ്ടിവരില്ലേ?
അതുവഴി കാര്യശേഷിയുള്ളവരെ തൂത്തുവാരിയെടുത്ത് പാർലമെന്ററി
പ്രവർത്തനത്തിൽ ഏർപ്പെടുത്തുമ്പോൾ മറ്റു സഹോദരസംഘങ്ങൾക്ക്
ക്ഷീണം സംഭവിക്കില്ലേ? നല്ല രീതിയിൽ ജനങ്ങളിൽ സ്വാധീനം ചെലു
ത്തുന്ന സംഘങ്ങൾക്ക് നേതൃത്വം കൊടുക്കുന്ന ഇത്തരക്കാരുടെ അധിക
ഉത്തരവാദിത്വത്തോടു കൂടിയ പ്രവർത്തനം സംഘത്തിന് പഴയതു
പോലെ പ്രയോജനപ്പെടുമോ? സർവോപരി ഈ മാറ്റം യുവാക്കളിൽ
പാർലമെന്ററി വ്യാമോഹം വർധിപ്പിക്കുവാനും അതിനുവേണ്ടിയുള്ള തരം
താണ അനാവശ്യ മത്സരത്തിലേക്ക് ചെന്നെത്തുവാനും സഹായിക്കുക
യില്ലേ?

രാജു
പായിപ്പാട്

പാർലമെന്ററിലും നിയമസഭയിലും മറ്റുമുള്ള സ്ഥാനം ഉപയോ
ഗിച്ച് വിപ്ലവ ബഹുജനപ്രസ്ഥാനത്തിന്റെ ശബ്ദം കേൾപ്പിക്കാനും
അതിന്റെ മുദ്രാവാക്യങ്ങൾ നടപ്പിൽ വരുത്തുവാനും കഴിവുണ്ടോ– ഇ
താണ് സ്ഥാനാർഥികളെ നിശ്ചയിക്കുന്നതിൽ പാർട്ടി ഉപയോഗിക്കുന്ന
അളവുകോൽ! യുവത്വമോ പ്രായക്കൂടുതലോ അല്ല. നേരെമറിച്ച്, പ്രായ
ക്കൂടുതലായിരുന്നു ഇതേവരെ അളവുകോൽ! ഇപ്പോൾ അതുമാറ്റി യുവ
ത്വത്തെ അംഗീകരിച്ചു എന്ന ധാരണയാണ് ചോദ്യത്തിൽ അടങ്ങിയിട്ടു
ള്ളത്. അതു ശരിയല്ല.

ദീർഘകാലത്തെ യാതനാനിർഭരമായ പ്രവർത്തനവും അഭിനന്ദ
നാർഹമായ സംഘടനാപാടവവും ഉള്ളവരെയാണ് പാർലമെന്ററി രാഷ്ട്രീ
യത്തിൽ പ്രവേശിക്കാൻ തുടങ്ങിയപ്പോൾ സ്ഥാനാർഥികളായി നിർത്തി
യത്. അത് ആവശ്യവുമായിരുന്നു. പുതുതായി പ്രവേശിക്കുന്ന പ്രവർ
ത്തനമേഖലയിൽ തിളങ്ങാൻ കഴിവുള്ളവരും പരിചയ സമ്പന്നരും പക്വ
മതികളുമായ സഖാക്കൾ. അവർ ആ നിലക്ക് ശോഭിക്കുകയും ചെയ്തു.

അത്തരക്കാരിൽ ചിലർ വാർധക്യവും അനാരോഗ്യവും മറ്റും ഉണ്ടെ
ങ്കിലും തങ്ങളിൽ ജനങ്ങൾ അർപ്പിച്ച വിശ്വാസം സാധൂകരിക്കാൻ കഴി
വുള്ളവരായി ഇന്നും രംഗത്തുണ്ട്. അവരെ മാറ്റി ആ സ്ഥാനത്തു ചെറു
പ്പക്കാരെ പ്രതിഷ്ഠിക്കണമെന്ന് യാതൊരു തീരുമാനവും പാർട്ടി എടു
ത്തിട്ടില്ല.

എന്നാൽ, ഇതേവരെത്തെ സ്ഥാനാർഥി നിർണയത്തിൽ കാര്യമായ
ഒരു ദൗർബല്യം ഉണ്ടായിരുന്നു. പഴയ തലമുറക്കാർക്കുള്ള അനുഭവ
സമ്പത്തില്ലെങ്കിലും അവരെക്കാൾ ഒട്ടുംകുറയാത്ത ത്യാഗസന്നദ്ധത, ജന
സേവന കഴിവ്, അതിവേഗം വളരാനുള്ള സന്നദ്ധത എന്നിവ പ്രകടി
പ്പിച്ചുകഴിഞ്ഞ യുവതലമുറയ്ക്ക് അർഹമായ സ്ഥാനം കൊടുത്തിരുന്നി
ല്ല. അനുഭവസമ്പത്തോ രാഷ്ട്രീയ പക്വതയോ കൂടുതൽ ഉള്ള പഴയ
തലമുറക്കാരോടൊപ്പം ഇന്നും അവരിൽനിന്നു പഠിക്കുകയും അവരുടെ

പ്രവർത്തനത്തെ ശക്തിപ്പെടുത്തുകയും ചെയ്യാൻ യുവതലമുറയിൽ നിന്ന് കൂടുതൽ സഖാക്കളെ എടുക്കുന്നതിന്റെ പ്രാധാന്യം വേണ്ടത്ര കണ്ടിരുന്നില്ല. ഇതുമാറ്റി അനുഭവസമ്പത്തും പക്വതയുമുള്ള പഴയതലമുറക്കാരിൽ ഒരു വിഭാഗം മാറിനിന്നു പുതിയ തലമുറക്കാരെ കൂടി പഴയവരുടെ നിലവാരത്തിലേക്ക് ഉയർത്താൻ ബോധപൂർവം ശ്രമിക്കണം. അതിന്റെ അടിസ്ഥാനത്തിൽ പഴയ തലമുറയിൽപ്പെട്ട ചിലർ മാറിനിന്ന് പുതിയതലമുറക്കാർക്ക് സ്ഥാനം കൊടുക്കണമെന്ന് പാർട്ടി നിശ്ചയിച്ചു.

ഇവിടെ ഒരു കാര്യം വ്യക്തമാക്കേണ്ടതുണ്ട്: പഴയതും പുതിയതുമായ തലമുറകളിൽപ്പെട്ട സഖാക്കളുടെ പ്രവർത്തനത്തിന്റെ ഏകകേന്ദ്രമാണ് പാർലമെന്റിന്റെയും നിയമസഭയുടെയും മറ്റും വേദിയെന്ന ധാരണ പാടെ തിരുത്തണം. പാർട്ടി സഖാക്കളുടെ പ്രധാന പ്രവർത്തനവേദിയായിരിക്കേണ്ടത് തൊഴിലാളി-കർഷകാദി ബഹുജനങ്ങളുടെ പൊരുതുന്ന സംഘടനകൾ, പത്രമാസികാദി മാധ്യമങ്ങളിലൂടെയും മറ്റുമുള്ള ആശയപ്രചരണം, വിവിധ രാഷ്ട്രീയ കക്ഷികളും ഗ്രൂപ്പുകളുമായുള്ള ഐക്യം ഊട്ടിയുണ്ടാക്കാനും അവയുടെ ആശയഗതികളിൽ തെറ്റായവയെ തുറന്നുകാട്ടാനുമുള്ള രാഷ്ട്രീയ പ്രവർത്തനം-ഇതൊക്കെയാണ്. പ്രായം കൂടുതലുള്ളവരും ചെറുപ്പക്കാരുമെന്ന വ്യത്യാസമില്ലാതെ, ഓരോ സഖാവും ഈ മേഖലകളിലോരോന്നിലും നിർബന്ധമായും പ്രവർത്തിക്കണം. ആ പ്രവർത്തനത്തിന് ഉപയോഗിക്കാവുന്ന ഒരു വേദി മാത്രമാണ് പാർലമെന്റും നിയമസഭകളും.

പാർലമെന്ററി പ്രവർത്തനത്തിന്റെ മേഖലയിൽ നിന്ന് പഴയ തലമുറയിൽപ്പെട്ട ചില സഖാക്കൾ ഒഴിഞ്ഞുനിൽക്കുന്നുവെന്നതുകൊണ്ട് മറ്റു വേദികളിൽ അവർക്കുള്ള പ്രവർത്തനത്തിന്റെ പ്രാധാന്യം ഇല്ലാതാവുന്നില്ല. യുവതലമുറയിൽപ്പെട്ടവരിൽ തന്നെ ബഹുഭൂരിപക്ഷവും പാർലമെന്റിന്റെയും നിയമസഭകളുടെയും വേദിക്കു വെളിയിലാണ് പ്രവർത്തിക്കുന്നത്. അവർ നിയമസഭയിലോ പാർലമെന്റിലോ അംഗങ്ങളല്ലെന്ന കാരണത്താൽ അവർ നടത്തുന്ന പ്രവർത്തനത്തിന്റെ പ്രാധാന്യം കുറയുന്നില്ല.

പോരെങ്കിൽ, പാർലമെന്റിന്റേയോ നിയമസഭയുടെയോ വേദിയിൽ പ്രവർത്തിക്കണമെന്ന് ഏതെങ്കിലും ഒരു സഖാവിനെക്കുറിച്ച് പാർട്ടിയെടുക്കുന്ന തീരുമാനത്തിനർഥം അവർ ശാശ്വതമായി ആ രംഗത്ത് പ്രവർത്തിക്കണമെന്നല്ല. ഇപ്പോൾ പുതുതായി ഈ രംഗത്തേക്ക് കടന്നുവന്നവരിൽ ചിലർ അടുത്ത തവണ മാറിനിൽക്കേണ്ടിവന്നേക്കാം: പുതുതായി ചിലർ തൽസ്ഥാനത്ത് വന്നുവെന്നും വരാം. പ്രായവ്യത്യാസം നോക്കാതെ, ഓരോ സഖാവിന്റെയും കഴിവ് പരമാവധി ഉപയോഗിക്കാൻ ആരെ, എവിടെ, നിശ്ചയിക്കണം എന്നു പാർട്ടി തീരുമാനിക്കുകയാണ് വേണ്ടത്.

ചോദ്യകർത്താവ് സൂചിപ്പിക്കുന്ന "ചെറുപ്പിനനുസരിച്ച് കാലുമുറി"ക്കുന്നതിന്റെ പ്രശ്നം ഇവിടെ ഉത്ഭവിക്കുന്നേയില്ല. വിവിധ രംഗങ്ങളിൽ പ്രവർത്തിക്കുന്ന സഖാക്കളിൽ ആരെ, എവിടെ നിർത്തണമെന്ന്

അനുഭവസമ്പത്തും യുവത്വത്തിന്റെ പ്രസരിപ്പുമടക്കം നിരവധി പരിഗ
ണനകൾ വെച്ച് പാർട്ടി തീരുമാനിക്കുകയാണ്.

ചോദ്യകർത്താവ് ചൂണ്ടിക്കാണിക്കുന്ന "ദുഷ്യവശങ്ങൾ" യുവതല
മുറക്കാർക്കു മാത്രമെയുള്ളു, പഴയ തലമുറക്കാർക്കില്ല, എന്ന ധാരണയും
പിശകാണ്. ബൂർഷ്വാ പാർലമെന്റെറിസത്തിന്റെ ദുഷ്യവശങ്ങളിൽ നിന്ന്
പഴയ തലമുറക്കാരോ ചെറുപ്പക്കാരോ എന്ന വ്യത്യാസമില്ലാതെ എല്ലാ
വരെയും രക്ഷിക്കാനുള്ള കടമ പാർട്ടിക്കുണ്ട്.

ചിന്ത വാരിക 1987 നവംബർ 20

7

തലമുറകളുടെ വിടവല്ല പ്രശ്നം

ഈയിടെ നടന്ന കേരളത്തിലെ തിരഞ്ഞെടുപ്പിന്റെ ഫലം വില യിരുത്തിക്കൊണ്ട് *കലാകൗമുദി* വാരികയിൽ (ജൂൺ 6) വന്ന എൻ ആർ എസ് ബാബുവിന്റെ ലേഖനത്തിൽ ഒരു വിമർശനമുണ്ട്.

കോൺഗ്രസ് (ഐ) യിലും കോൺഗ്രസ് (എ) യിലും അതു പോലെ വലതു മുന്നണിയിലെ മറ്റു പല ഘടകകക്ഷികളിലും പുതിയ തലമുറയിലെ ചുണക്കുട്ടികൾക്ക് വളർന്നു വരാൻ കിട്ടുന്ന അവസരം സി പി ഐ (എം) ഉൾപ്പെടെയുള്ള ഇടതുപക്ഷ കക്ഷി കൾ തങ്ങളുടെ യുവനിരയ്ക്കു നൽകാനും മടിക്കുന്നുവെന്നത് സത്യത്തിന്റെ എല്ലാ രൂക്ഷതകളോടും കൂടി ഉയർന്നു നിൽക്കു ന്നു. 'നാളെ' എന്ന പദത്തിനു സമസ്ത വികാരാവേശങ്ങളും നിറച്ച ഇടതുപക്ഷ കക്ഷികൾ, നാളേക്കുവേണ്ടി വളർത്തിയെടുത്ത പല ചെറുപ്പക്കാരും ലോവർ ഡിവിഷൻ ക്ലർക്കുമാരായും പുസ്തക പ്രസാധനശാലകളിലെ പരിഭാഷകരായും എക്സ്–വിദ്യാർഥി നേതാക്കളായും അലഞ്ഞു തിരിയുന്നു. ഇടതു പാർട്ടികളുടെ നേ തൃമണ്ഡലങ്ങളിൽ ഷഷ്ടിപൂർത്തി മഹോത്സവത്തിന്റെയും സപ്ത തിയാഘോഷത്തിന്റെയും കൃതകൃത്യമായ അലംഭാവം നിറയുന്നു.

ഈ വിമർശനം മുഴുവൻ അംഗീകരിക്കാൻ കഴിയില്ലെങ്കിലും പൊതു വായി ഈ വിലയിരുത്തൽ ശരിയല്ലേ? പ്രത്യേകിച്ചും തിരഞ്ഞെടുപ്പുപോ ലെയുള്ള സമരരംഗത്തേക്കു കടന്നുവരാൻ കുറേയെങ്കിലും യുവനിരയ്ക്ക് അവസരം നൽകേണ്ടതല്ലേ? വിജയത്തിലേക്ക് എത്തിക്കുന്നതിൽ യുവ

ത്വത്തിന് ഒരു ചെറിയ പങ്കെങ്കിലുമില്ലേ? ഇക്കാര്യത്തിൽ സഖാവിന്റെ അഭിപ്രായമെന്താണ്?

വി അഹമ്മദ് കുഞ്ഞ്
വിളയൂർ

കേരളത്തിൽ കമ്യൂണിസ്റ്റ് പ്രസ്ഥാനം രൂപം കൊള്ളുമ്പോൾ ആ പ്രസ്ഥാനത്തിന്റെ പരിപാടികളിലും ലക്ഷ്യങ്ങളിലും ആകൃഷ്ടരായി ഇതു തങ്ങളുടെ രക്ഷാമാർഗമായിക്കണ്ട്, അനേകായിരം പാവപ്പെട്ടവരും ഇട ത്തരക്കാരും തൊഴിലാളികളും പ്രസ്ഥാനത്തിലേക്ക് വരികയും വളരെ യേറെ ത്യാഗങ്ങളും കഷ്ടനഷ്ടങ്ങളും സഹിച്ച് പ്രസ്ഥാനം വളർത്തു കയും ചെയ്തുവല്ലോ. അതുവഴി പ്രസ്ഥാനം ഇന്നത്തെ നിലയിലേക്ക് എത്തിച്ചേർന്നു. എന്നാൽ അന്നെല്ലാം അത് താൽപ്പര്യപൂർവം വീക്ഷി ക്കുകയും തുടർന്നു പക്വതയിലേക്ക് എത്തിയപ്പോൾ അതിൽ പ്രവർത്തി ക്കുകയും ചെയ്യുന്ന പിൻതലമുറക്കാരായ യുവാക്കൾക്ക്, ആരെല്ലാ മാണോ അതിനെ പോറ്റിവളർത്തിയത്, ആരെല്ലാമാണോ അതിനെ ഈ നിലയിലെത്തിച്ചത്, അവർ ജീവിതത്തിൽ ഒന്നും നേടുവാനാകാതെ, രോഗ ബാധിതരായി ജീവിക്കുമ്പോൾ, അവരുടെ അനുഭവങ്ങൾ കേൾക്കുമ്പോൾ ഈ പ്രസ്ഥാനത്തിന്റെ ദൈനംദിന പ്രവർത്തനങ്ങളിൽ ആത്മാർഥമായി പങ്കെടുക്കുവാൻ മാനസികമായി ബുദ്ധിമുട്ട് ഉണ്ടാവുക സ്വാഭാവിക മാണല്ലോ.

അനുഭവങ്ങളും പ്രസ്ഥാനത്തെപ്പറ്റി അറിവും നേടിയിട്ടുള്ള അത്തരം പോരാളികൾ പിൻതിരിയുകയും പുതിയ ആളുകൾ, യുവാക്കൾ, വികാ രാവേശത്തോടും അമിത വിശ്വാസത്തോടും സംഘടനയിലേക്ക് വരികയും ചെയ്യുന്നതുകൊണ്ട്, പ്രസ്ഥാനത്തിന്റെ ലക്ഷ്യവും പരിപാടിയും, ഭാവി യിൽ, അതിന്റേതായ അർഥത്തിൽ, രൂപപ്പെടുത്തുവാൻ കഴിയുമോ?

കെ കെ മോഹനൻ
നാട്ടകം

രണ്ടു ചോദ്യങ്ങളും ഒരുതരത്തിൽ ബന്ധപ്പെട്ടതാണ് – അവ തമ്മിൽ സാരമായ ചില വ്യത്യാസങ്ങൾ ഉണ്ടെങ്കിൽ പോലും.

ചെറുപ്പക്കാരെ ഉത്തരവാദപ്പെട്ട സ്ഥാനങ്ങളിലേക്ക് ഉയർത്തിയാൽ വിഷമപ്രശ്നങ്ങളെല്ലാം തീരുമെന്ന ധാരണയാണ് ഒന്നാം ചോദ്യകർത്താ വിനും അദ്ദേഹം ആസ്പദമാക്കിയ ലേഖനത്തിന്റെ കർത്താവിനും ഉള്ള തെന്നു തോന്നുന്നു.

മറ്റൊരു ഭാഷയിൽ പറഞ്ഞാൽ മാർക്സിസം–ലെനിനിസം ഊന്നൽ കൊടുക്കുന്ന ചൂഷക–ചൂഷിത വർഗങ്ങൾക്കു പകരം പഴയതും പുതിയ തുമായ തലമുറകളെ സാമൂഹ്യ വൈരുധ്യത്തിന്റെ അടിസ്ഥാനമായി കാണുന്ന ഒരു വീക്ഷണമാണ് ഇതിൽ അടങ്ങിയിരിക്കുന്നത്.

ഇറ്റലിയിലേയും ജർമനിയിലേയും ഫാസിസ്റ്റ് തലവന്മാർ തൊട്ട് ഇന്ത്യയിലെ സഞ്ജയപ്പടയും കേരളത്തിലെ ആന്റണി പ്രഭൃതികളും ഉയർത്തിയ മുദ്രാവാക്യമാണ് ചോദ്യകർത്താവും അദ്ദേഹം ഉദ്ധരിക്കുന്ന വാരിക ലേഖകനും ആവർത്തിക്കുന്നത്.

ഇന്നത്തെ സാമൂഹ്യ-രാഷ്ട്രീയ പരിതഃസ്ഥിതിയിൽ, കമ്യൂണിസ്റ്റ് (മാർക്സിസ്റ്റ്) പാർട്ടി അടക്കമുള്ള ഇടതുപക്ഷ-ജനാധിപത്യ പാർട്ടിക ളെയും അവയുടെ നേതൃത്വത്തിൽ പ്രവർത്തിക്കുന്ന ലക്ഷക്കണക്കിന് വിപ്ലവകാരികളെയും കരിതേച്ചു കാണിക്കാനാണ് ഫലത്തിൽ-ലേഖന കർത്താവിന്റെ ആത്മനിഷ്ഠമായ ഉദ്ദേശ്യമെന്തായിരുന്നാലും-ഈ വാദ ഗതി സഹായിക്കുന്നത്.

മാർക്സിസം-ലെനിനിസത്തിന്റെ ആശയപരമായ അടിത്തറവർഗ സമരസിദ്ധാന്തമാണ്. പഴയതും പുതിയതുമായ തലമുറകളിൽപ്പെട്ട ചൂഷിത ജനവിഭാഗം രണ്ടു തലമുറക്കാരുമടങ്ങുന്ന ചൂഷക വർഗത്തി നെതിരായി സാമ്പത്തികം, രാഷ്ട്രീയം, ആശയപരം എന്നീ മൂന്നു മണ്ഡല ങ്ങളിൽ ഒരേ സമയത്തു പോരാടുകയെന്ന കാഴ്ചപ്പാടാണ് മാർക്സി സം-ലെനിനിസത്തിന്റേത്.

ചോദ്യകർത്താവ് ഉദ്ധരിക്കുന്ന ലേഖനത്തിലെ കാഴ്ചപ്പാടാകട്ടെ, ചൂഷക-ചൂഷിത വ്യത്യാസമില്ലാതെ, പുതിയ തലമുറ പഴയതിനെതിരായി പോരാടുക എന്നതാണ്.

മാർക്സിസം-ലെനിനിസത്തിന്റെ കാഴ്ചപ്പാടനുസരിച്ച് എല്ലാ തല മുറകളിൽപ്പെട്ട അധ്വാനിക്കുന്ന ബഹുജനങ്ങൾക്കും അവരുടെ കൂടെ നിൽക്കുന്ന മറ്റു വിപ്ലവകാരികൾക്കും അവരവർ അർഹിക്കുന്ന പങ്ക് വിപ്ലവ പ്രസ്ഥാനത്തിലുണ്ട്. പഴയ തലമുറകൾക്ക് പുതിയവർക്കില്ലാത്ത ചില ഗുണങ്ങളും അതോടൊപ്പം ചില ദൗർബല്യങ്ങളുമുണ്ട്. അതു പോലെ പുത്തൻ തലമുറക്കാർക്കും അവരുടേതായ ചില ഗുണങ്ങളും ദൗർബല്യങ്ങളുമുണ്ട്. രണ്ടും കണക്കിലെടുത്ത് ഇരുവിഭാഗക്കാരുടെയും ഗുണവശങ്ങൾ പരമാവധി ഉപയോഗപ്പെടുത്തി പ്രസ്ഥാനത്തെയാകെ ശക്തിപ്പെടുത്താനാണ് മാർക്സിസ്റ്റ്-ലെനിനിസ്റ്റുകാർ ശ്രമിക്കുന്നത്.

സോവിയറ്റ് കമ്യൂണിസ്റ്റ് പാർട്ടിയുടെ 18-ാമത് കോൺഗ്രസിൽ സ്റ്റാലിൻ അവതരിപ്പിച്ച റിപ്പോർട്ടിൽ ഇങ്ങനെ പറയുന്നു:

ചെറുപ്പക്കാരുടേതായ പുത്തൻ തലമുറയ്ക്കു ധൈര്യസമേതം സ്ഥാനക്കയറ്റം നൽകുന്ന പ്രശ്നം സവിശേഷമായ പ്രാധാന്യമർ ഹിക്കുന്നു. ഇതു സംബന്ധിച്ച് നമ്മുടെ ആൾക്കാർക്ക് വ്യക്തമായ ധാരണയില്ലെന്നാണ് എനിക്കു തോന്നുന്നത്. പഴയ കേഡർമാരെ മുഖ്യമായും ആശ്രയിച്ചുകൊണ്ട് പാർട്ടി പ്രവർത്തനത്തിന് ആളു കളെ തിരഞ്ഞെടുക്കണമെന്ന് ചിലർ കരുതുന്നു. മറ്റു ചിലരുടെ അഭിപ്രായത്തിൽ നാം മുഖ്യമായും ആശ്രയിക്കേണ്ടത് പുത്തൻ തലമുറയിൽപ്പെട്ട കേഡർമാരെ ആയിരിക്കണം. ഇതു രണ്ടും തെറ്റാണെന്ന് എനിക്ക് തോന്നുന്നു.

ഈ മുഖവുരയോടുകൂടി രണ്ടു തലമുറകൾക്കുള്ള ഗുണങ്ങളും ദോഷങ്ങളും ചൂണ്ടിക്കാണിക്കാൻ സ്റ്റാലിൻ മുതിരുന്നു:

പഴയ തലമുറയിൽ പെട്ട കേഡർമാർ പാർട്ടിക്കും ഭരണകൂടത്തിനും വില പ്പെട്ട സ്വത്താണ്. പുത്തൻ തലമുറയിൽപ്പെട്ട കേഡർമാർക്കില്ലാത്ത ഒരു ഗുണം അവർക്കുണ്ട്–മുൻകാല പ്രവർത്തനത്തിൽ നിന്ന് നേ ടിയ അനുഭവം, മാർക്സിസ്റ്റ്–ലെനിനിസ്റ്റ് തത്വങ്ങളുടെ കാര്യ ത്തിൽ അടിയുറച്ച വിജ്ഞാനം, ലോകപരിചയം, പരിതഃസ്ഥിതി കൾക്കൊത്ത് സ്വയം മാറാനുള്ള കഴിവ്. എന്നാൽ ഒന്നാമത് ഇത്ത രക്കാർ എണ്ണത്തിൽ കുറവാണ്; ആവശ്യമുള്ളതിനേക്കാൾ വളരെ കുറച്ചു മാത്രം. കൂടാതെ പ്രകൃതി നിയമങ്ങളുടെ പ്രവർത്തനം നി മിത്തം ഇവർ അതിവേഗം രംഗത്തുനിന്ന് അന്തർധാനം ചെയ്യും. രണ്ടാമത് പഴയ തലമുറയിൽപ്പെട്ട കേഡർമാരിൽ ഒരു വിഭാഗം ഭൂത കാലത്തിലേക്ക് കണ്ണുനട്ട് പഴയ അനുഭവത്തിൽ കടിച്ചുതുങ്ങി നിൽക്കാനിടയുണ്ട്. നവംനവങ്ങളായി വരുന്ന ജീവിത യാഥാർഥ്യ ങ്ങൾ ശരിയായി കണ്ടു മനസിലാക്കാൻ അവർക്ക് പലപ്പോഴും കഴി യുകയില്ല. അത്യന്തം അപകടകരമായ ഒരു ദൗർബല്യമാണിത്.

പുത്തൻ തലമുറക്കാരോ? അവർക്ക് പഴയ തലമുറക്കാർക്കുള്ള അനുഭവമില്ല, വൈജ്ഞാനിക നിലവാരമില്ല, ലോകപരിചയമില്ല, പരിതഃസ്ഥിതിക്കൊത്ത് സ്വയം മാറാനുള്ള കഴിവില്ല. എന്നാൽ ഒന്നാമത് അവരാണ് പാർട്ടി പ്രവർത്തകരിൽ ബഹുഭൂരിപക്ഷവും. രണ്ടാമത് ചെറുപ്പക്കാരായതിനാൽ അവർ രംഗത്തുനിന്ന് അതി വേഗം അന്തർധാനം ചെയ്യുകയില്ല. മൂന്നാമത് ജീവിതത്തിൽ പുതു തായി പ്രത്യക്ഷപ്പെടുന്ന സവിശേഷതകളുമായി പൊരുത്തപ്പെടാ നുള്ള കഴിവ് – ഓരോ ബോൾഷെവിക് പ്രവർത്തകനും ഉണ്ടാ വേണ്ട വിലപ്പെട്ട ഗുണം – അവർക്കുണ്ട്. നാലാമത് അവർ അതിവേ ഗത്തിൽ വളർന്ന് അറിവ് സമ്പാദിക്കുന്നു; ഉശിരോടെ മുന്നോട്ട് പോകുന്നു. അങ്ങനെ പഴയ തലമുറക്കാരുടെ കൂടെ നിൽക്കാനും അവരെ കവച്ചുവെക്കാൻ പോലും കഴിവ് സമ്പാദിച്ച് അവരുടെ സ്ഥാനം ഇവർ ഏറ്റെടുക്കുന്ന കാലം വിദൂരമല്ല.

ഇങ്ങനെ രണ്ടു വിഭാഗക്കാരുടെ ഗുണങ്ങളും ദോഷങ്ങളും എടുത്തു പറഞ്ഞതിനുശേഷം സ്റ്റാലിൻ ഇങ്ങനെ ഉപസംഹരിക്കുന്നു:

പ്രധാനമായി പഴയ തലമുറയെ ആണോ ആശ്രയിക്കേണ്ടത്, അതോ പുതിയതിനെയോ എന്നതല്ല പ്രശ്നം; രണ്ടിനെയും സമന്വയിപ്പിക്ക ണമെന്നതാണ്. പഴയതും പുതിയതുമായ തലമുറകളിൽപ്പെട്ട കേഡർ മാരെ ഇണക്കിക്കൊണ്ട് പാർട്ടിയുടെയും ഭരണകൂടത്തിന്റെയും സംയുക്തനേതൃത്വം സൃഷ്ടിച്ചെടുക്കണമെന്നതാണ്.

തൊഴിലാളിവർഗത്തിലും മറ്റ് അധ്വാനിക്കുന്ന ബഹുജനങ്ങളിലും പെട്ട രണ്ടു തലമുറകളെ മാത്രമാണിവിടെ സൂചിപ്പിക്കുന്നതെന്ന് വിശേ ഷിച്ചെടുത്ത് പറയേണ്ടിയിരിക്കുന്നു. ചോദ്യകർത്താവ് ഉദ്ധരിക്കുന്ന ലേഖ

നമാകട്ടെ, വർഗ വിഭജനത്തിന് ആധാരമായി നിൽക്കുന്ന തലമുറകളെ
യാണ് പരാമർശിക്കുന്നത്.

മാർക്സിസം-ലെനിനിസത്തിന്റേതായ ഈ കാഴ്ചപ്പാടനുസരിച്ചാണ്
രണ്ടാം ചോദ്യത്തിന്റെ കർത്താവ് ഉയർത്തിയിരിക്കുന്ന പ്രശ്നം പരിശോ
ധിക്കേണ്ടിയിരിക്കുന്നത്.

പഴയ തലമുറയിൽപ്പെട്ട പലരും ജീവിതസമരത്തിൽ നേരിടേണ്ടി
വന്ന പ്രശ്നങ്ങൾ നിമിത്തം നിരാശരായി രംഗത്തുനിന്നു മാറിയതായി
അദ്ദേഹം സൂചിപ്പിക്കുന്നു. അത് ശരിയാണ്. പക്ഷെ നേരെമറിച്ചും ഉണ്ടെ
ന്നതല്ലേ സത്യം? കേരളത്തിൽതന്നെ അടുത്തകാലത്തു മാത്രം അന്ത
രിച്ച എ വി കുഞ്ഞമ്പുവിനെപ്പോലുള്ളവർ അവസാന നിമിഷംവരെ വിപ്ല
വത്തിന്റെ കൊടിപിടിച്ച് യുവതലമുറക്ക് ആവേശം പകർന്നിരുന്നുവെന്ന്
ചോദ്യകർത്താവ് സമ്മതിക്കുമല്ലോ. ഇന്നു ജീവിച്ചിരിക്കുന്നവരിലും അത്ത
രക്കാരുണ്ടെന്നത് അനിഷേധ്യമല്ലേ? കേരളത്തിനു വെളിയിലാകട്ടെ,
ഇന്ത്യൻ കമ്യൂണിസ്റ്റ് പ്രസ്ഥാനത്തിന്റെ സ്ഥാപകനേതാക്കളിലൊരാളാ
യിരുന്ന മുസഫർ അഹമ്മദ് അവസാന നിമിഷം വരെ തന്റെ
ജീവിതലക്ഷ്യം സാധിക്കുന്നതിനു വേണ്ടിയുള്ള പ്രവർത്തനത്തിൽ
മുഴുകിയിരുന്നത് ഞാനോർക്കുന്നു. ഇന്ത്യക്കു വെളിയിലോ? ഐതിഹാ
സികമായ വിയത്നാം സമരത്തിന് നേതൃത്വം നൽകിയ ഹോചിമിൻ ആറു
പതിറ്റാണ്ടു കാലത്തെ പഴക്കവും യുവാക്കൾക്കുള്ള ആവേശവും ഇണ
ക്കിക്കൊണ്ടു പ്രവർത്തിക്കുന്ന ഒരു നേതാവായിരുന്നുവല്ലോ.

അപ്പോൾ, പഴയ തലമുറക്കാരെയൊക്കെ മാറ്റി പുതിയവരെ ഉത്തര
വാദപ്പെട്ട സ്ഥാനങ്ങളിൽ പ്രതിഷ്ഠിക്കലാണ് ഇടതുപക്ഷപാർട്ടികൾ
ചെയ്യേണ്ടതെന്നത് ഒരു തെറ്റായ ധാരണയാണ്-പഴയതോ പുതിയതോ
ആയ തലമുറയ്ക്ക് മാത്രമായി നേരിട്ടു വിട്ടുകൊടുത്താൽ പ്രസ്ഥാനം
വളരുകയല്ല, തളരുകയാണ് ചെയ്യുക.

പുതിയ തലമുറയ്ക്ക് അവർ അർഹിക്കുന്ന തരത്തിലുള്ളതും
ധൈര്യപൂർവവുമായ സ്ഥാനക്കയറ്റം കമ്യൂണിസ്റ്റ് (മാർക്സിസ്റ്റ്) പാർട്ടി
കൊടുക്കുന്നുണ്ടോ എന്നത് പരിശോധനാർഹമായ പ്രശ്നമാണ്. പക്ഷെ
അതാണ്, അതു മാത്രമാണ്, പാർട്ടിയുടെ ത്വരിതമായ വളർച്ച തടയുന്ന
തെന്ന് ആരെങ്കിലും കരുതുകയാണെങ്കിൽ-അതാണ്, ഒന്നാം ചോദ്യ
കർത്താവിന്റെയും അദ്ദേഹം ആസ്പദമാക്കുന്ന ലേഖനകർത്താവി
ന്റെയും ധാരണയെന്നു വ്യക്തം-അതു തെറ്റാണ്.

കമ്യൂണിസ്റ്റ് (മാർക്സിസ്റ്റ്) പാർട്ടി സ്വന്തം സംഘടനയുടെ പ്രശ്നം
സ്വയംവിമർശനപരമായി പരിശോധിച്ചപ്പോൾ കണ്ട ദൗർബല്യം മറ്റൊ
ന്നാണ്: തൊഴിലാളിവർഗത്തിൽ നിന്നും മറ്റ് അധ്വാനിക്കുന്ന ബഹുജന
ങ്ങളിൽ നിന്നും ഉയർന്നുവരുന്ന ഉശിരന്മാരായ പ്രവർത്തകരെ ധൈര്യ
പൂർവം പാർട്ടിയിലേക്കെടുത്ത് അവർക്ക് താത്വികവും പ്രായോഗികവു
മായ പരിശീലനം നൽകി പാർട്ടിയുടെയും ബഹുജനസംഘടനകളുടെയും
നേതൃ നിലവാരത്തിലേക്ക് ഉയർത്തുന്ന കാര്യത്തിൽ ഗൗരവാവഹമായ

വീഴ്ച ഉണ്ടെന്നതാണ് സാൽക്കിയ പ്ലീനം അംഗീകരിച്ച രേഖയിൽ ചുണ്ടി ക്കാണിച്ചത്. അതായത് പാർട്ടി മെമ്പറുമാരുടെ വർഗാടിസ്ഥാനം തൊഴി ലാളിവർഗത്തിന്റേതിനനുകൂലമായ രീതിയിൽ ഉയർത്തുകയെന്നതാണ് മുഖ്യ പ്രശ്നം. അതിനു കീഴ്പ്പെടുത്തിക്കൊണ്ട് വേണം സ്റ്റാലിൻ ചുണ്ടി ക്കാണിച്ച തലമുറകളുടെ പ്രശ്നത്തിനു പരിഹാരം കാണാൻ.

പാർട്ടി സംഘടനയുടെ ഈ ദൗർബല്യത്തിലേക്ക് ചോദ്യ കർത്താവോ അദ്ദേഹം ആസ്പദമാക്കുന്ന ലേഖനത്തിന്റെ കർത്താവോ ശ്രദ്ധ തിരിക്കുന്നില്ലെന്നത് അർഥഗർഭമായി തോന്നുന്നു. തൊഴിലാളി വർഗ ത്തിന്റെതായ ബഹുജന വിപ്ലവപ്പാർട്ടി എന്ന നിലയ്ക്ക് വളരുന്നതിന് അനുപേക്ഷണീയമായി വേണ്ട വർഗാടിത്തറ അവർക്കൊരു പ്രശ്നമേ യല്ല. നേരെമറിച്ച് അഭ്യസ്തവിദ്യരായ ഇടത്തരക്കാരിൽ നിന്ന് ഉയർന്നു വരുന്ന പഴയ തലമുറക്കാരെ മാറ്റി നിർത്തി അതേ വിഭാഗത്തിൽപ്പെട്ട പുതിയ തലമുറക്കാരെ പ്രതിഷ്ഠിക്കണമെന്നാണ് അവർ ആവശ്യപ്പെടു ന്നത്. എന്നു വെച്ചാൽ കോൺഗ്രസിനകത്ത് എ കെ ആന്റണിയും സഞ്ജ യ്ഗാന്ധിയും ചെയ്തത് കമ്യൂണിസ്റ്റ് (മാർക്സിസ്റ്റ്) പാർട്ടിക്കകത്തു ചെയ്യുന്ന തലമുറയെ വാർത്തെടുക്കണമെന്നാണ് അവർ സൂചിപ്പിക്കു ന്നത്.

അവസാനമായി, പാർട്ടിയിലേക്ക് വരുന്ന ചെറുപ്പക്കാർ ചെയ്യേണ്ട ജോലികളിൽ ചിലവയെ (ലോവർ ഡിവിഷൻ ക്ലർക്കിന്റെയും പുസ്തക പ്രസാധന ശാലകളിലെ പരിഭാഷകന്റെയും എക്സ്–വിദ്യാർഥി നേതാ വിന്റെയും) 'ഹീന'മായും എം എൽ എ സ്ഥാനം 'മാന്യ'മായും കണ ക്കാക്കുന്ന രീതി മാർക്സിസ്റ്റ്–ലെനിനിസ്റ്റുകാർക്ക് അംഗീകരിക്കാൻ വയ്യ. പഴയ തലമുറയിൽപ്പെട്ടവർ നേതൃസ്ഥാനത്തേക്കുയർന്നത് 'ഹീന'മായി കണക്കാക്കിയ ജോലികൾ ചെയ്തിട്ടാണെന്ന കാര്യം മറന്നുകൂടാ. ഇപ്പോൾ ഉയർന്നു വരുന്നതും മേലിൽ ഉയർന്നുവരേണ്ടതുമായ തലമുറ കൾ മുഴുവൻ പാർട്ടി പ്രവർത്തനത്തിന്റെ വിവിധ മേഖലകളിൽ പ്രവർ ത്തിച്ച് പരിശീലനം നേടേണ്ടതാണ്. കൂട്ടത്തിൽ പറയട്ടെ, മാർക്സിസം– ലെനിനിസത്തെപ്പോലെ ഉയർന്ന നിലവാരത്തിലുള്ള, താത്വികാടിത്തറ യോടുകൂടിയ, ഒരു പാർട്ടിക്ക്, പുസ്തകശാലയിലെ പ്രവർത്തനം 'ഹീന' മായ ജോലിയാണെന്ന ധാരണയില്ല. ആ ധാരണ മാർക്സിസം–ലെനി നിസത്തിന് വിരുദ്ധമാണ്. മാർക്സ് തൊട്ട് എല്ലാ ആചാര്യന്മാരും 'പത്ര പ്രവർത്തകൻ, ഗ്രന്ഥകാരൻ, രാഷ്ട്രീയ പ്രവർത്തകൻ' എന്നാണ് അഭി മാനപൂർവം സ്വയം വിശേഷിപ്പിച്ചിരുന്നത്. ഈ ജോലി ചെയ്യുന്നതി നുപകരം ഇന്നതു ചെയ്യുന്നവർ മുഴുവൻ തിരഞ്ഞെടുപ്പിൽ സ്ഥാനാർ ഥികളാകണമെന്ന വാദമല്ലേ ഒന്നാം ചോദ്യത്തിന്റെ പിന്നിലുള്ളത്.

ചിന്ത വാരിക, 1982 ഫെബ്രുവരി 2

8

യുവജനങ്ങളും പാർട്ടിയും

മാർക്സിസ്റ്റ് പാർട്ടിക്ക് യുവജനങ്ങളെ കിട്ടാൻ വൈഷമ്യം നേരിടു ന്നതായി പാർട്ടി ജനറൽസെക്രട്ടറി പ്ലീനം നടന്നുകൊണ്ടിരിക്കെ കൽക്ക ത്തയിൽ പറഞ്ഞതായി പത്രങ്ങളിൽ കണ്ടു. ഇതെത്രത്തോളം ശരി യാണ്?

യുവജനങ്ങളിൽ സംഭവിക്കുന്ന ജീർണത അവരെ അവസരവാദ ത്തിലേക്ക് നയിക്കുമെന്നും യുവജനങ്ങളുടെ അണി ശക്തിപ്പെടുത്തുന്ന തിന് അതൊരു പ്രതിബന്ധമായി നിൽക്കുന്നുവെന്നും തുടർന്ന് പ്രസ്താ വിച്ചതായും കണ്ടു. അങ്ങനെ വല്ല 'മാനസിക ജീർണത'യുമുണ്ടോ? ഉണ്ടെങ്കിൽ അതിനു കാരണമെന്ത്? അതിനുള്ള പരിഹാരമാർഗമെന്ത്?

ആർ രഘു

ചോദ്യകർത്താവ് ഉദ്ധരിച്ച തരത്തിലുള്ള റിപ്പോർട്ടുകൾ പത്രങ്ങ ളിൽ വന്നിട്ടുണ്ടെങ്കിൽ അതിന് സത്യവുമായി പുലബന്ധം പോലുമില്ല. വസ്തുത ഇതാണ്:

ഡിസംബർ 28 ന് ഒരു പത്രസമ്മേളനത്തിൽ തലേന്ന് പ്ലീനത്തിൽ നടന്ന സംഭവങ്ങൾ സംക്ഷേപിച്ച് പറയുകയായിരുന്നു ഞാൻ. തൊഴി ലാളികൾ, കൃഷിക്കാർ മുതലായി എല്ലാ വർഗങ്ങളിലും ജനവിഭാ ഗങ്ങളിലും പെട്ട ലക്ഷക്കണക്കിനാളുകൾ പാർട്ടിയോടു കൂറുള്ളവരായി അതിനെ സഹായിക്കാനും ശക്തിപ്പെടുത്താനും മുന്നോട്ട് വന്നുകൊണ്ടി രിക്കയാണ്. എന്നാൽ, ഈ ജനലക്ഷങ്ങളിൽ നിന്ന് അർഹരായവരെ പാർട്ടിയിലേക്കെടുത്ത് ഒരു ബഹുജന വിപ്ലവപാർട്ടി കെട്ടിപ്പടുക്കാൻ വേണ്ട ശ്രമം നടക്കുന്നില്ല.

ഇതു കേട്ട ഉടനെ പത്രപ്രതിനിധികളിൽ ഒരാൾ "ഇതു യുവജന ങ്ങൾക്കും ബാധകമാണോ" എന്ന് ചോദിച്ചു. മറ്റു ജനവിഭാഗങ്ങൾക്കെ ന്നപോലെ യുവജനങ്ങൾക്കും ഇതു ബാധകമായിരിക്കുമെന്നും എന്നാൽ

അതിനേക്കാൾ പ്രധാനം തൊഴിലാളി–കർഷകാദി ബഹുജനങ്ങളിൽ നിന്നു വരുന്ന വിപ്ലവകാരികൾക്ക് അംഗത്വം കൊടുക്കുന്നില്ലെന്നുള്ളതാ ണെന്നും ഞാൻ മറുപടി പറഞ്ഞു.

ഈ മറുപടിയുടെ രണ്ടു ഭാഗങ്ങൾ ശ്രദ്ധേയമാണ്. ഒന്നാമത് യുവ ജനങ്ങൾ പ്രത്യേകമായി പരാമർശിക്കപ്പെടുന്നില്ല. തൊഴിലാളികൾ, കൃഷി ക്കാർ മുതലായ മറ്റുവർഗങ്ങളുടെയും ജനവിഭാഗങ്ങളുടെയും കൂട്ടത്തിൽ യുവജനങ്ങളും പെട്ടിട്ടുണ്ടെന്നു മാത്രം. രണ്ടാമത് ഈ ഒരു ജനവിഭാഗ ത്തിൽ നിന്നും ആളുകൾ പാർട്ടിയിലേക്ക് വരുന്നില്ലെന്നല്ല; വരുന്നവരിൽ അർഹരായവരെ എടുത്തു പാർട്ടിയെ വലുതാക്കുന്നില്ലെന്നാണ് സ്വയം വിമർശനപരമായി പറയുന്നത്.

പ്ലീനം അംഗീകരിച്ചതും ചിന്തയിൽ പ്രസിദ്ധീകരിക്കപ്പെട്ടതുമായ സംഘടനാപ്രമേയം പരിശോധിച്ചാൽ ഇതു കാണാം. പാർട്ടി മെമ്പർഷി പ്പിൽ തൊഴിലാളികളുടെയും കൃഷിക്കാരുടെയും മറ്റ് അധ്വാനിക്കുന്ന ബഹുജനങ്ങളുടെയും അനുപാതം തൃപ്തികരമല്ലെന്നും അതുയർത്താൻ നടപടികളെടുക്കണമെന്നും പ്രമേയത്തിൽ ഊന്നിപ്പറയുന്നു. പാർട്ടിയുടെ ബഹുജനസ്വഭാവം ശക്തിപ്പെടുത്താൻ ചെയ്യേണ്ട മുഖ്യകാര്യം യുവജ നങ്ങളെ കൂടുതൽ എടുക്കലല്ല; തൊഴിലാളികൾ മുതലായ അധ്വാനി ക്കുന്ന ബഹുജനങ്ങളിൽ നിന്ന് അർഹരായവർക്ക് മെമ്പർഷിപ്പ് കൊടുത്ത് അവരെ നല്ല കമ്മ്യൂണിസ്റ്റുകാരാക്കി വളർത്തുകയാണ് എന്ന് ഇതിൽ നിന്ന് വ്യക്തമാണല്ലോ?

ഇന്നുള്ള മെമ്പർമാരുടെ അംഗത്വത്തിന്റെ കാലദൈർഘ്യം പരിശോ ധിക്കുമ്പോൾ 1964 നുശേഷം വന്നവരാണ് ഭൂരിപക്ഷമെന്ന് പ്രമേയം ചൂണ്ടി ക്കാണിക്കുന്നു. പാർട്ടി പിളർന്ന് രണ്ടാവുന്നതിന് മുമ്പ് നടന്ന സമരങ്ങ ളുടെ അനുഭവം ഉൾക്കൊള്ളാൻ കഴിയാത്തവരാണ് ഇവരെന്നും ഇവർക്ക് മുൻകാല അനുഭവങ്ങൾ പകർന്നു കൊടുക്കലെടക്കം ആശയനിലവാരം ഉയർത്താനാവശ്യമായ പല നടപടികളും എടുക്കേണ്ടതുണ്ടെന്നും പ്രമേയം തുടർന്നു പറയുന്നു. ചോദ്യകർത്താവ് ഉദ്ധരിക്കുന്ന പത്രറി പ്പോർട്ട് പറയുന്നതുപോലെ യുവജനങ്ങൾ പാർട്ടിയിലേക്ക് വരുന്നില്ലെ ങ്കിൽ ഈ സ്ഥിതിവിശേഷം ഉളവാകുകയില്ലല്ലോ.

പാർട്ടിയുടെ വളർച്ചയിൽ യുവജനങ്ങൾക്ക് പങ്കില്ലെന്ന് ഇപ്പറഞ്ഞ തിനർഥമില്ല. തൊഴിലാളി–കർഷകാദി ബഹുജനങ്ങളിൽ നിന്നെന്നപോലെ പെറ്റി ബുർഷ്വാവിഭാഗങ്ങളിൽ പെട്ട യുവജനങ്ങളിൽ നിന്നും അധികമാ ളുകൾ പാർട്ടിയിലേക്ക് വരുന്നുണ്ട്. ഭരണാധികാരിവർഗങ്ങൾ തുടർന്നു പോരുന്ന മുതലാളിത്ത പാത അനിവാര്യമായി സൃഷ്ടിക്കുന്ന പ്രശ്ന ങ്ങൾ തൊഴിലാളികളെയും കൃഷിക്കാരെയുമെന്നപോലെ പെറ്റി ബുർഷ്വാ വിഭാഗങ്ങളിൽ പെട്ട യുവജനങ്ങളെയും വിപ്ലവത്തിന്റെ പാതയിലേക്കു നയിക്കുന്നുണ്ട്. അന്തർദേശീയവും ദേശീയവുമായ സാഹചര്യങ്ങൾ അവരെ കമ്മ്യൂണിസ്റ്റ് (മാർക്സിസ്റ്റ്) പാർട്ടിയിലേക്ക് തിരിച്ചു വിടുന്നു. അവർക്ക് മെമ്പർഷിപ്പ് കൊടുത്ത് അവരുടെ രാഷ്ട്രീയവും സംഘടനാ പരവുമായ വളർച്ചക്ക് ആവശ്യമായ നടപടികളെടുത്ത് അവരെ നല്ല കമ്മ്യൂ

ണിസ്റ്റുകാരാക്കുന്നതിനുള്ള ഏർപ്പാടുകളുണ്ടാക്കിയാൽ അവർ പെറ്റി ബുർഷ്വാ വിപ്ലവകാരികളിൽനിന്നു തൊഴിലാളി വർഗ വിപ്ലവകാരികളായി മാറും.

പക്ഷെ, യുവജനങ്ങളെ പാർട്ടിയിലേക്കെടുക്കുന്നതിന്റെ പേരിൽ മുഖ്യമായ കാര്യം – തൊഴിലാളികളിൽ നിന്നും മറ്റ് അധ്വാനിക്കുന്ന ബഹു ജനങ്ങളിൽ നിന്നും അധികമധികമാളുകളെ പാർട്ടിയിലേക്കെടുത്ത് അവർക്ക് പാർട്ടി നേതൃത്വത്തിന്റെ എല്ലാ നിലവാരത്തിലും ഉയർന്ന സ്ഥാനം നൽകൽ–വിട്ടുകളഞ്ഞാൽ ബഹുജന വിപ്ലവപാർട്ടിക്കു പകരം ഒരു പെറ്റിബുർഷ്വാ സോഷ്യൽ ഡമോക്രാറ്റിക്ക് പാർട്ടിയായിരിക്കും രൂപം കൊള്ളുക.

ചിന്ത വാരിക, 1979 ഫെബ്രുവരി 9

9

വിപ്ലവപ്രസ്ഥാനത്തിൽ
യുവജനങ്ങൾക്കുള്ള സ്ഥാനം

ഒരു വിപ്ലവ പ്രസ്ഥാനത്തിന്റെ നിലനിൽപ്പിനും ഭരണകൂടത്തിന്റെ നിലനിൽപ്പിനും അതിന്റെ മുൻപന്തിയിൽ തന്നെ യുവജനങ്ങൾക്ക് സ്ഥാനം നൽകേണ്ടതല്ലേ?

അഥവാ അത് ആവശ്യമാണെങ്കിൽ കോൺഗ്രസുകാർ അവരുടെ യുവജനവിഭാഗത്തിന് നൽകുന്ന പ്രാധാന്യം എന്തുകൊണ്ട് ഇന്ത്യൻ കമ്യൂണിസ്റ്റ് (മാർക്സിസ്റ്റ്) പാർട്ടി അതിന്റെ യുവജനവിഭാഗത്തിന് നൽകു ന്നില്ല?

സി കണ്ണൻ
വടക്കാഞ്ചേരി

വിപ്ലവ പ്രസ്ഥാനത്തിൽ യുവജനങ്ങൾക്കുള്ള പങ്കിനെക്കുറിച്ച് മാർക്സിസം–ലെനിനിസത്തിന്റേതിനു വിരുദ്ധമായ കാഴ്ചപ്പാട് വർഗങ്ങ ളുടെ പ്രതിനിധികൾ ബോധപൂർവം തന്നെ പരത്തിവിടുന്നുണ്ട്. അതിന്റെ അല ഈ ചോദ്യത്തിലും അടങ്ങിയതായിക്കാണുന്നു.

'വിപ്ലവ പ്രസ്ഥാനത്തിന്റെ മുൻപന്തിയിൽ' നിൽക്കുന്നത്, മൗലിക മായിപ്പറഞ്ഞാൽ, ഒരു വർഗമാണ് തൊഴിലാളിവർഗം. ജാതി, മതം, ഭാഷ മുതലായവയോ, സ്ത്രീ–പുരുഷ വ്യത്യാസമോ, പ്രായപരിധിയോ നോ ക്കാതെ, കൂലിക്കുവേണ്ടി പണിയെടുക്കുന്നവരും തന്മൂലം മുതലാളിമാ രുമായി സദാ ഏറ്റുമുട്ടുന്നവരുമായ തൊഴിലാളികളാണ് വിപ്ലവത്തിന്റെ നേതാക്കൾ.

തൊഴിലാളിവർഗമാകട്ടെ, മറ്റു ജനവിഭാഗങ്ങളിൽനിന്ന് ഒറ്റപ്പെട്ടു നിൽ ക്കുകയല്ലതാനും. (ആണെങ്കിൽ അവർക്ക് നേതൃത്വപരമായ പങ്കുണ്ടാ വുകയില്ലല്ലോ). സ്വയം സംഘടിച്ച് മുതലാളിക്കെതിരായി പോരാടുന്ന തോടൊപ്പം, കൃഷിക്കാർ മറ്റു ചെറുകിട സ്വത്തുടമസ്ഥന്മാർ മുതലായ വർ താന്താങ്ങളുടെ തൊഴിലും ജീവിതവുമായി ബന്ധപ്പെട്ടുകൊണ്ട് നട

ത്തുന്ന സമരങ്ങളിലെല്ലാം അവരെ സഹായിച്ചുകൊണ്ടാണ് സ്വന്തം വർഗ സമരത്തെത്തന്നെ തൊഴിലാളിവർഗം ശക്തിപ്പെടുത്തുന്നതുംവിജയത്തി ലെത്തിക്കുന്നതും.

വിവിധ വിഭാഗങ്ങളിൽപ്പെട്ട ഈ അധ്വാനിക്കുന്ന ജനങ്ങളെയാകെ ഒരുതരത്തിലല്ലെങ്കിൽ മറ്റൊരു തരത്തിൽ ചൂഷണം ചെയ്യുന്ന വർഗങ്ങ ളുടെ-ബൂർഷ്വാ ജന്മി വർഗങ്ങളുടെ-ഭരണകൂടത്തിനെതിരായും അവർ ക്കെല്ലാം സമരം നടത്തേണ്ടതുണ്ട്. ഈ പൊതുസമരത്തിൽ നേതൃത്വപ രമായ പങ്ക് വഹിക്കാൻ തൊഴിലാളിവർഗത്തിന് മറ്റാരെക്കാളുമധികം സൗ കര്യമുണ്ടെന്നതാണ് മുതലാളിത്ത സാമൂഹ്യ വ്യവസ്ഥയുടെ മുഖ്യസ വിശേഷത.

തൊഴിലാളിവർഗ നേതൃത്വത്തിൽ അധ്വാനിക്കുന്ന ബഹുജനങ്ങ ളാകെ അണിനിരന്ന് ചൂഷകവർഗങ്ങളുടെ ഭരണകൂടത്തിനെതിരായി നട ത്തുന്ന സമരത്തിൽ യുവജനങ്ങൾക്ക് സവിശേഷമായ പങ്കുണ്ട്. എന്തു കൊണ്ടെന്നാൽ, മറ്റുള്ളവരെക്കാൾ കൂടുതൽ പ്രസരിപ്പ്, പ്രവർത്തനക്ക ഴിവ്, ത്യാഗസന്നദ്ധത, മുതലായതെല്ലാം ഉള്ള ഒരു വിഭാഗമാണ് യുവജ നങ്ങൾ. അതുകൊണ്ട് തൊഴിലാളി-കർഷകാദി ബഹുജനങ്ങളുടെ സമ രസംഘടനകൾ വളർത്തിയെടുക്കുന്നതിൽ യുവജനങ്ങളെ പങ്കെടുപ്പിക്കു ന്നതിനു പ്രത്യേകം ശ്രദ്ധിക്കുക തന്നെ വേണം. ഇതാണ് വിദ്യാർഥി-യു വജനസംഘടനകൾ രൂപീകരിക്കുന്നതിന്റെ പ്രാധാന്യം.

പക്ഷെ, 'തലമുറകൾ തമ്മിലുള്ള വിടവ്' എന്നും മറ്റുമുള്ള സിദ്ധാ ന്തങ്ങളുടെ അടിസ്ഥാനത്തിൽ യുവജനങ്ങളാണ് വിപ്ലവശക്തിയും നേതൃ ത്വവുമെന്നും, പ്രായക്കൂടുതലുള്ളവർ വിപ്ലവ വിരോധികളാണെന്നും മറ്റു മുള്ള ധാരണ പരത്തുന്നത് വിപ്ലവപ്രസ്ഥാനത്തിനാപത്താണ്. അടുത്ത കാലത്തെ വിപ്ലവ സമരങ്ങളിൽ വെച്ചേറ്റവും ഉജ്വലമായ വിയത്നാം സമ രത്തിന്റെ നേതൃത്വം എൺപതുകളിലെത്തിയ ഹോചിമിനായിരുന്നുവെ ന്നും, നേരെമറിച്ച്, ഹിറ്റ്ലർ തൊട്ട് ഇന്ദിരാഗാന്ധി വരെ പല സ്വേച്ഛാധി കാരികളും യുവാക്കളെ സംഘടിപ്പിച്ചാണ് ബഹുജനങ്ങളുടെ മേൽ ആക്ര മണങ്ങൾ നടത്തിയിട്ടുള്ളതെന്നുമുള്ള വസ്തുത നമ്മുടെ മുന്നിലുണ്ട്.

യഥാർഥം പറയുകയാണെങ്കിൽ, 'കോൺഗ്രസുകാർ അവരുടെ യു വജനവിഭാഗത്തിനു നൽകുന്ന പ്രാധാന്യം' എന്നു ചോദ്യകർത്താവ് പറ യുന്നത് വിപ്ലവവിരുദ്ധമായ ഒരു (അർധഫാസിസ്റ്റ്) സേനയെ യുവജനങ്ങ ളിൽനിന്ന് വളർത്തിയെടുക്കാനുള്ള കോൺഗ്രസിന്റെ ശ്രമത്തെയാണ്.

കമ്യൂണിസ്റ്റ് (മാർക്സിസ്റ്റ്) പാർട്ടിയാകട്ടെ, തൊഴിലാളി-കർഷകാദി ബഹുജനപ്രസ്ഥാനങ്ങളുമായി ബന്ധപ്പെടുത്തിക്കൊണ്ട്, അവയെ സഹാ യിച്ചു കൊണ്ട്, അവയുടെ സഹായത്തോടുകൂടിയും യുവജനങ്ങൾക്കു പ്രത്യേകമായും രാജ്യത്തിന് പൊതുവിലും നേരിടാനുള്ള പ്രശ്നങ്ങൾ പരിഹരിക്കുന്നതിൽ സോഷ്യലിസ്റ്റ് യുവജന ഫെഡറേഷനും മറ്റ് യുവ ജന വിദ്യാർഥി സംഘടനകൾക്കും സഹായങ്ങളും നേതൃത്വവും നൽകു ന്നുണ്ട്.

ചിന്ത വാരിക, 1975 ഫെബ്രുവരി 7

10

വിമോചനപ്രസ്ഥാനം: അതിൽ യുവജനങ്ങളുടെ പങ്ക്

ഇന്ത്യയുടെ 'ദേശീയവിമോചനം' എന്ന പദംകൊണ്ടുദ്ദേശിക്കുന്നത് ഔപചാരികമായി ഇന്ത്യക്കു മറ്റൊരു രാഷ്ട്രത്തിന്റെ കീഴിലുള്ള അടി മത്തം അവസാനിപ്പിക്കുക എന്നു മാത്രമാണെങ്കിൽ, ഇന്ത്യൻദേശീയ വിമോചനസമരത്തിന്റെ ആവശ്യം ഇന്ന് അധികമൊന്നുമില്ല. കാരണം ഔപചാരികമായി ഇന്ത്യ ഇന്നു സ്വതന്ത്രയാണ്. പ്രായപൂർത്തിവോട്ടവ കാശത്തിന്റെ അടിസ്ഥാനത്തിൽ തിരഞ്ഞെടുത്ത സംസ്ഥാന നിയമസഭ കളും പാർലമെന്റും ഉണ്ട്. ഈ നിയമസഭാംഗങ്ങളും പാർലമെന്റംഗങ്ങളും കൂടി തിരഞ്ഞെടുക്കുന്ന ഒരു പ്രസിഡന്റും ഇന്ന് ഇന്ത്യക്കുണ്ട്. എന്നാൽ ദേശീയ വിമോചനമെന്നതിന് ഇതിലും വിപുലമായ ഒരർഥമുണ്ട്.

ദേശീയവിമോചനം എന്ന പദത്തിനുതന്നെ പ്രത്യേകമായ ഒരുദ്ദേശ്യ മുണ്ട്. അവനവന് ആവശ്യമായ എല്ലാം അവനവൻതന്നെ ഉൽപ്പാദിപ്പി ച്ചിരുന്ന കാലഘട്ടം മുതൽ താൻ ഉൽപ്പാദിപ്പിക്കുന്നതൊന്നും തനിക്കു വേണ്ടിയല്ലാതിരിക്കുകയും തനിക്ക് ആവശ്യമുള്ളതെല്ലാംതന്നെ മറ്റുള്ള വരിൽനിന്നു വാങ്ങുകയും ചെയ്യുകയെന്ന കാലംവരെ മനുഷ്യസമുദായ മെത്തി. ചരക്കുകളുടെ കൈമാറ്റസമ്പ്രദായം കമ്പോളങ്ങളുടെ ആവശ്യ കതയ്ക്കു കാരണമായി. ഇതിന്റെ ഫലം ഭാഷയെ അടിസ്ഥാനപ്പെടുത്തി യുള്ള ദേശീയജനവിഭാഗങ്ങളുടെ ഉത്ഭവമായിരുന്നു. അതുമുതൽക്കാണ് ആധുനിക ഭരണകൂടത്തിന്റെ ചരിത്രം ആരംഭിക്കുന്നത്. 'ദേശീയജനവി ഭാഗത്തിന്റെ സ്കൂൾ, കമ്പോളമാണ്' എന്ന സ്റ്റാലിന്റെ നിർവചനത്തിന്റെ അർഥം ഇതാണ്. അപ്പോൾ ഈ ബൂർഷ്വാ ദേശീയപ്രസ്ഥാനം മനു ഷ്യന്റെ ആരംഭകാലം മുതൽക്കുള്ള ഒന്നല്ല. നേരേമറിച്ച് അത് ചരിത്ര ത്തിന്റെ ഒരു പ്രത്യേകകാലഘട്ടത്തിൽ, മുതലാളിത്തത്തിന്റെ വളർച്ചയോ ടുകൂടിയാണ് രൂപംപ്രാപിക്കുന്നത്.

ഇറ്റലിയിലും ഫ്രാൻസിലും ജർമനിയിലുമെല്ലാം പതിനെട്ടും പത്തൊ

മ്പതും നൂറ്റാണ്ടുകളിൽ ബൂർഷ്വാനേതൃത്വത്തിൽ ദേശീയജനവിഭാഗ ങ്ങളെ അടിസ്ഥാനപ്പെടുത്തിയുള്ള ആധുനികരീതിയിലുള്ള ഭരണകൂട ങ്ങൾക്കുവേണ്ടി പ്രക്ഷോഭങ്ങൾ നടന്നിട്ടുണ്ട്.

ഈ ദേശീയവിമോചന സമരങ്ങളുടെ ലക്ഷ്യം മുതലാളിത്തത്തിനു മുൻപുള്ള സാമൂഹൃവ്യവസ്ഥിതിയുടെ എല്ലാ അവശിഷ്ടങ്ങളും നശിപ്പി ക്കുകയെന്നതാണ്. അതായത് ബഹുജനങ്ങളെ വരിഞ്ഞുകെട്ടിയിടുന്ന എല്ലാ പഴഞ്ചൻ ചങ്ങലക്കെട്ടുകളെയും പൊട്ടിച്ചെറിയുകയെന്നതാണ്. ഇത് ഉൽപ്പാദനശക്തികളുടെ എന്തെന്നില്ലാത്ത വളർച്ചയ്ക്ക് കാരണമായി ത്തീരും. ഇതുതന്നെയാണ് ഇന്ത്യൻ ദേശീയവിമോചനസമരത്തിനും ചെയ്യാനുള്ള കടമ. ഈ അർഥത്തിൽ നോക്കുമ്പോൾ ഔപചാരികമായ സ്വാതന്ത്ര്യം നേടിയതുകൊണ്ട് ഇന്ത്യയുടെ ദേശീയവിമോചനം പരിപൂർ ണമാവുന്നില്ല.

ബ്രിട്ടീഷ് സാമ്രാജ്യവാദികൾ ഇന്ത്യയിൽ വന്നകാലത്ത് ഇവിടെയു ണ്ടായിരുന്ന സ്വയംസമ്പൂർണ ഗ്രാമവ്യവസ്ഥയെ നശിപ്പിച്ചത് വമ്പിച്ച വിപ്ലവപ്രാധാന്യമുള്ള ഒരു സംഭവമായിരുന്നു. എന്നാൽ അതേ അവസ രത്തിൽ ഉൽപ്പാദനശക്തികളുടെ വളർച്ചയെ തടയുകയും കൂടിയാണ് അവർ ചെയ്തത്. ഈ പരമാർഥം മാർക്സ് തന്നെ ഇന്ത്യയെക്കുറിച്ചുള്ള അദ്ദേഹത്തിന്റെ ലേഖനങ്ങളിൽ ചൂണ്ടിക്കാണിക്കുകയുണ്ടായി. ബ്രിട്ടീ ഷ് സാമ്രാജ്യവാദികൾ ഇന്ത്യയെ അവരുടെ ഒരു കമ്പോളമാക്കി നില നിർത്തുന്നതിനാഗ്രഹിച്ചതുകൊണ്ട് ഇവിടത്തെ ഉൽപ്പാദനശക്തികളെ വള രാൻ അവർ അനുവദിച്ചില്ല. ഇന്ത്യൻ നാട്ടുരാജാക്കന്മാരെയും നാടുവാഴി കളെയുമെല്ലാം അവർ നിലനിർത്തുകയും ഫ്യൂഡൽ ശക്തികളും പൗരോഹിത്യവുമായി സന്ധിചെയ്യുകയുമാണ് ചെയ്തത്.

കോൺഗ്രസിന്റെ പ്രക്ഷോഭങ്ങളുടെയും മുമ്പുമുതൽക്കേ ഇത്തരം പഴഞ്ചൻ ചങ്ങലക്കെട്ടുകളെ പൊട്ടിച്ചെറിയുന്നതിനുവേണ്ടിയുള്ള പ്ര ക്ഷോഭങ്ങളാണ് നടന്നുവന്നിട്ടുള്ളത്. കേരളത്തിലെ മരുമക്കത്തായ ത്തിനും കൂട്ടുകുടുംബവ്യവസ്ഥയ്ക്കുതന്നെയും ഇളക്കംതട്ടാൻ തുട ങ്ങിയത് ബ്രിട്ടീഷ് ആധിപത്യത്തോടുകൂടി നിലവിൽവന്ന കമ്പോളവ്യവ സ്ഥയാണ്. പാരമ്പര്യമായ തറവാട്ടുസ്വത്തുപോലും കൈമാറ്റച്ചരക്കായി മാറുകയാണ് ആളോഹരി ഭാഗത്തിന്റെ ഫലമായുണ്ടായത്. ഇത് ആദ്യമായി ബാധിച്ചത് നായർസമുദായത്തെയായിരുന്നു. അതാണ് 1916ലെ നായർ റഗുലേഷൻ.

അടിമസമ്പ്രദായത്തിനു മുമ്പുതന്നെ മറ്റെല്ലാ രാജ്യങ്ങളിലും നശിച്ചു പോയ മരുമക്കത്തായസമ്പ്രദായം ഇന്നും നമ്മുടെ നാട്ടിൽ നിലനിൽ ക്കുന്നുണ്ട്. അതുപോലെതന്നെ ഇന്ത്യയുടെ പല ഭാഗങ്ങളിലും ഗോത്ര വർഗക്കാരുടെ എത്രയോ പുരാതനമായ സാമൂഹ്യഘടന നിലവിലുണ്ട്. എല്ലാ വിധത്തിലുള്ള അന്ധവിശ്വാസങ്ങളും അനാചാരങ്ങളും ഇനിയും നമ്മുടെ നാട്ടുകാരിൽ കുടികൊള്ളുന്നുണ്ട്. ഇത്തരം എല്ലാവിധ പഴഞ്ചൻ ചങ്ങലക്കെട്ടുകളെയും പൊട്ടിച്ചെറിയാതെ യഥാർഥമായ ദേശീയവിമോ ചനം സാധ്യമല്ല.

അതേ അവസരത്തിൽ നമ്മുടെ നാട്ടിലെ ഉൽപ്പാദനശക്തികളുടെ വളർച്ചയ്ക്കു പൂർണമായ സൗകര്യങ്ങളുണ്ടാക്കിക്കൊടുക്കാതെ ദേശീയവിമോചനം പൂർണമാവുന്നില്ല. ബ്രിട്ടീഷ് സാമ്രാജ്യവാദികൾ ഈ നാട്ടിനെ പിന്നോക്കം കിടക്കുന്ന ഒരു കാർഷികരാജ്യമായി നിർത്തുകയാണ് ചെയ്തതെങ്കിൽ അതുതന്നെയാണ് നെഹ്രു ഗവൺമെന്റും ചെയ്യുന്നത്. നമ്മുടെ നാട്ടിനാവശ്യം വൻകിട വ്യവസായങ്ങളുടെ വളർച്ചയാണ്. ഇതിനു തടസമാണ് നെഹ്രു ഗവൺമെന്റിന്റെ സാമ്പത്തികനയം. അതുകൊണ്ട് നമ്മുടെ ദേശീയവിമോചനസമരത്തിന്റെ പ്രധാനമായ കടമ നെഹ്രുവിന്റെ പഞ്ചവത്സരപദ്ധതിക്കെതിരായി മുഴുവൻ ജനങ്ങളെയും അണിനിരത്തി പോരാടുകയെന്നതാണ്. നെഹ്രുവിന്റെ പഞ്ചവത്സരപദ്ധതി പുതിയതൊന്നുമല്ല. അത് ആംഗ്ലോ-അമേരിക്കൻ സാമ്രാജ്യവാദികളുടെ കൊളംബോ പദ്ധതിക്കു ഗാന്ധിത്തൊപ്പിയിടുവിച്ചെന്നതല്ലാതെ മറ്റൊന്നുമല്ല.

അടിയന്തരമായ കാർഷിക പരിഷ്കരണങ്ങൾ നടപ്പാക്കുകയും കൃഷിക്കാരുടെ വാങ്ങാനുള്ള കഴിവു വർധിപ്പിക്കുകയും ചെയ്യാതെ വ്യവസായീകരണം നടപ്പാക്കുക സാധ്യമല്ല. അങ്ങനെ ചെയ്താൽ നമ്മുടെ നാട്ടിലെ ഉൽപ്പാദനശക്തികളെ ആകെ വികസിപ്പിക്കുകയായിരിക്കും അതിന്റെ ഫലം. ഇതിന്റെ ഫലമായി നമ്മുടെ കലയിലും സാഹിത്യത്തിലും എല്ലാംതന്നെ വമ്പിച്ച മാറ്റങ്ങൾ വരും. ജാതി, അയിത്തം മുതലായ അനാചാരങ്ങൾക്കെതിരായി സമരം ചെയ്യുന്നതിനുള്ള സാഹചര്യങ്ങൾ സൃഷ്ടിക്കുകയായിരിക്കും ഇതിന്റെ ഫലം.

ഈ ദേശീയവിമോചനസമരത്തിനു വിദ്യാർഥികളുടെ പങ്ക് അവരുടെ അടിയന്തരാവശ്യങ്ങൾക്കുവേണ്ടി സമരംചെയ്യുകയെന്നതു മാത്രമാണ്. എല്ലാ ജനവിഭാഗങ്ങളുടെയും കടമയാണിത്. ഓരോ ജനവിഭാഗവും അവരുടെ ആവശ്യങ്ങൾക്കുവേണ്ടി സമരം ചെയ്യുകയെന്നതാണ് ദേശീയവിമോചനപ്രസ്ഥാനത്തിൽ അവർക്കു വഹിക്കാനുള്ള പങ്ക്. വിദ്യാർഥികളുടെ അടിയന്തരാവശ്യങ്ങളെ രൂപീകരിച്ച് അവയുടെ അടിസ്ഥാനത്തിൽ മുഴുവൻ വിദ്യാർഥികളെയും ഏകോപിപ്പിച്ചണിനിരത്തി നടത്തുന്ന സമരങ്ങൾ ഇന്ത്യൻജനതയുടെ കൂട്ടായ ദേശീയവിമോചനസമരത്തെ വൻതോതിൽ ശക്തിപ്പെടുത്തുന്നതിലേക്കാണ് നിങ്ങളെ എത്തിക്കുക.

ദേശാഭിമാനി, 1952 മെയ് 13

11

സാമൂഹിക വ്യവസ്ഥിതി മാറ്റുന്നതിൽ വിദ്യാർഥികൾക്ക് വലിയ പങ്കുണ്ട്

ലോകത്തിലാകെ വിദ്യാർഥികൾക്കിടയിൽ ഇന്ന് അസംതൃപ്തി വളർന്നുവരികയാണ്. പല രാജ്യങ്ങളിലും വിദ്യാർഥിപ്രസ്ഥാനത്തിന് കാണുന്ന ഊക്കും ശക്തിയും നിമിത്തം വിപ്ലവപ്രസ്ഥാനത്തിൽ വിദ്യാർഥികൾക്കുള്ള പങ്കിനെക്കുറിച്ച് പുനഃപരിശോധിക്കണമെന്ന് പലരും ആവശ്യപ്പെടുകപോലും ചെയ്തിട്ടുണ്ട്. യഥാർഥത്തിൽ, വിപ്ലവപ്രസ്ഥാനത്തിന്റെ മുൻനിര തീർച്ചയായും തൊഴിലാളിവർഗത്തിനു തന്നെയാണ്. എന്നാൽ ഇന്ന് പലയിടത്തും വിദ്യാർഥിപ്രസ്ഥാനം വിപ്ലവത്തിന്റെ മുന്നണിയിൽ കാണുന്നുണ്ട് എന്നത് ഒരു വസ്തുതയാണ്.

ലോകത്തിലെ വിപ്ലവപ്രസ്ഥാനത്തിന്റെ സ്വഭാവം പരിശോധിക്കുമ്പോൾ കമ്യൂണിസ്റ്റ് ഇന്റർനാഷണൽ, വിപ്ലവത്തിൽ വിദ്യാർഥികൾക്കുള്ള പങ്ക് സുപ്രധാനമാണെന്ന് ചൂണ്ടിക്കാണിച്ചിട്ടുണ്ട്. വിദ്യാർഥികളും യുവാക്കളും ഇത്തരത്തിലുള്ള പങ്ക് നിർവഹിക്കുമെങ്കിലും വിപ്ലവം വിജയകരമായ അന്ത്യത്തിൽ എത്തിക്കണമെങ്കിൽ വിദ്യാർഥിപ്രസ്ഥാനം തൊഴിലാളിവർഗത്തിന്റെ നേതൃത്വം അംഗീകരിച്ചേ പറ്റൂ.

വിദ്യാർഥിപ്രസ്ഥാനം തൊഴിലാളിവർഗത്തിന്റെ നേതൃത്വം അംഗീകരിച്ചതുകൊണ്ടുമാത്രമായില്ല. തൊഴിലാളിവർഗം മാർക്സിസം–ലെനിനിസത്തിൽ അടിയുറച്ചതുമായിരിക്കണം. കഴിഞ്ഞ വർഷം മേയ് മാസത്തിൽ ഫ്രാൻസിൽ ഉണ്ടായ സംഭവവികാസങ്ങൾ ഇതിന് ഉദാഹരണമാണ്. ഇതിൽ പ്രധാന പങ്കുവഹിച്ചത് വിദ്യാർഥികളായിരുന്നു. എന്നാൽ അതൊരു രാഷ്ട്രീയ പ്രസ്ഥാനമായി വളർന്നത് വിദ്യാർഥികൾ തൊഴിലാളി പ്രസ്ഥാനവുമായി ഒത്തുനിന്നതുകൊണ്ടാണ്. ഡിഗാളിന്റെ അടിത്തറ ഇളകിയതും അപ്പോഴാണ്. പക്ഷേ തൊഴിലാളിവർഗത്തിന്റെ നേരായ നേതൃത്വം ഇല്ലാതിരുന്നതുകൊണ്ട് അത് വിജയകരമായില്ല എന്ന വസ്തുത ഇത്തരുണത്തിൽ ഓർക്കേണ്ടതാണ്.

തൊഴിലാളി സ്വയം സംഘടിച്ചാൽ അതൊരു വിപ്ലവപ്രസ്ഥാനമായി ക്കൊള്ളണമെന്നില്ലെന്നും മാർക്സിസം-ലെനിനിസത്തിന്റെ ബോധം ലഭിച്ചാൽ മാത്രമേ അതൊരു വിപ്ലവപ്രസ്ഥാനമാകൂ എന്നും ലെനിൻ ചൂണ്ടിക്കാണിച്ചിട്ടുണ്ട്. ജന്മി-ബൂർഷ്വാവർഗത്തിന്റെ ഭരണകൂടത്തെ അടിച്ചുതകർത്തുകൊണ്ട് തൊഴിലാളിവർഗത്തിന്റെ ഭരണകൂടം നിലവിൽ വരുത്താനുള്ള അടവും തന്ത്രവും മനസിലാക്കിയാലേ അതൊരു വിപ്ലവ പ്രസ്ഥാനമാകൂ.

വിപ്ലവപ്രസ്ഥാനത്തിന്റെ വിജയത്തിന് വിദ്യാർഥി-യുവജന വിഭാ ഗങ്ങൾ അണിനിരന്നാലും മാർക്സിസ്റ്റ്-ലെനിനിസ്റ്റ് സിദ്ധാന്തത്തിൽ അടി യുറച്ച നേതൃത്വത്തോടുകൂടിയ തൊഴിലാളിവർഗം അനിവാര്യമാണ്. ഇത്തരത്തിലുള്ള നേതൃത്വമാണ് ഇന്ന് കമ്യൂണിസ്റ്റ് (മാർക്സിസ്റ്റ്) പാർട്ടി നൽകുന്നത്. പാർട്ടിയിൽ തൊഴിലാളികളും കർഷകരും കർഷകത്തൊഴി ലാളികളുമുണ്ട്. വിദ്യാർഥികളും യുവാക്കളും ഉണ്ട്. വിദ്യാർഥികളുടെയും തൊഴിലാളികളുടെയും ഇണങ്ങിച്ചേരൽകൊണ്ട് തൊഴിലാളിവർഗ പ്രത്യ യശാസ്ത്രത്തിന്റെ അടിസ്ഥാനത്തിൽ സംഘടിപ്പിക്കുന്നതാണ് കമ്യൂ ണിസ്റ്റ് (മാർക്സിസ്റ്റ്) പാർട്ടി. തൊഴിലാളിവർഗത്തിന്റെ നയവും ലക്ഷ്യ വും അംഗീകരിക്കുന്ന ഏക പാർട്ടിയാണ് കമ്യൂണിസ്റ്റ് (മാർക്സിസ്റ്റ്) പാർട്ടി. അതുകൊണ്ട് ഈ നയങ്ങൾക്കും ലക്ഷ്യങ്ങൾക്കുമുള്ള സമര ങ്ങൾ സംഘടിപ്പിക്കുമ്പോൾ ഏറ്റുമുട്ടൽ നിശ്ചയമാണ്. ആശയപരമായ ഏറ്റുമുട്ടലാണ് ഇതിൽ പ്രധാനം.

പാർട്ടിക്കെതിരായി എന്തും ശരിയെന്നു പറയുന്ന ഒരു നയമാണ് ഇന്ന് ബൂർഷ്വാ പത്രങ്ങൾ സ്വീകരിച്ചിരിക്കുന്നത്. ഉദാഹരണമായി, മാർക് സിസ്റ്റ് മന്ത്രിമാർ മറ്റുള്ള മന്ത്രിമാരുടെ വകുപ്പുകളിൽ കൈകടത്തുന്നു എന്ന് വലതുകാർ പറഞ്ഞു. ബൂർഷ്വാ പത്രങ്ങൾ അത് ഏറ്റുപാടി. ഇത്തര ത്തിലാണ് എല്ലാ കാര്യവും. പാർട്ടിയുടെ ശത്രുക്കൾ പറയുന്നതെന്തും ശരിയെന്നു പറയുന്ന ഈ പത്രങ്ങളെ നാം സൂക്ഷിക്കേണ്ടതാണ്.

തങ്ങൾ തൊഴിലാളിവർഗത്തിന്റെ ആശയപരമായ ലക്ഷ്യങ്ങൾക്കും പരിപാടികൾക്കുംവേണ്ടി പ്രവർത്തിക്കുന്നവരാണെന്നും ഇതിനെതിരായി നിൽക്കുന്നവരുടെ നേരേ ആശയപരമായി യാതൊരു വിട്ടുവീഴ്ചയ്ക്കും തയ്യാ റില്ലെന്നും വിദ്യാർഥിലോകം അവരുടെ പ്രവൃത്തികളിൽക്കൂടി ബോധ്യ പ്പെടുത്തണം.

വിദ്യാർഥികളുടെ ദൈനംദിന പ്രശ്നങ്ങൾക്കായി എന്ത് ഒത്തുതീർപ്പു ണ്ടാക്കിയാലും വിദ്യാർഥികളുടെ പ്രഥമമായ കടമ ഇന്നത്തെ ഈ സമു ഹത്തെ ഉടച്ചുവാർക്കലാണ്.

തങ്ങളുടെ പഠിപ്പ് പൂർത്തിയാക്കി ജയിച്ചാൽ ആരുടെയെങ്കിലും കാൽ ക്കൽ വീണാൽ ചിലർക്ക് ഒരു ജോലി കിട്ടിയെന്നുവരാം. എന്നാൽ പൊ തുവെ, ഈ തലമുറയ്ക്കൊക്കെ ജോലി ലഭിക്കണമെങ്കിൽ ഇന്നത്തെ സാമൂഹ്യവ്യവസ്ഥ തന്നെ തകരണം. ഈ വ്യവസ്ഥ തകർക്കാനുള്ള വർഗം വളർന്നുവരുന്നുണ്ട്. ചൂഷകർ തങ്ങളറിയാതെതന്നെ തങ്ങളുടെ ശവക്കുഴി തോണ്ടുകയാണ്. ഇത് വളർത്തിയെടുത്ത് ഒരു പുതിയ

സാമൂഹികവ്യവസ്ഥ നേടിയെടുക്കാൻ തൊഴിലാളികളുടെയും കർഷകരുടെയും ഒപ്പം രംഗത്തിറങ്ങാൻ വിദ്യാർഥി സമൂഹത്തിന് കഴിയണം.

വിദ്യാർഥികൾ പരീക്ഷകൾ പാസ്സാകാനായി നന്നായി പഠിക്കണം. അതേസമയം, ജീവിതപരീക്ഷയെ നേരിടാനും പഠിക്കണം. ഇതിന് മാർക്സിസം–ലെനിനിസം എന്ന സയൻസിനെപ്പറ്റി പഠിക്കുകയും പ്രവർത്തിക്കുകയും ചെയ്യണം.

ദേശാഭിമാനി, 1969 ജൂൺ 2

12

വിദ്യാർഥി ഫെഡറേഷന്റെ കടമ

ദേശീയ സ്വാതന്ത്ര്യസമരത്തിൽ പ്രധാന പങ്കുവഹിച്ച വിദ്യാർഥി കൾക്ക് ദേശീയ പുനർനിർമാണ പ്രവർത്തനങ്ങളിലും മഹത്തായ ഒരു പങ്കുവഹിക്കാനുണ്ട്. ദേശീയ സ്വാതന്ത്ര്യസമരത്തിൽ വിദ്യാർഥികളെ ആവേശപൂർവം അണിനിരത്തുന്നതിന് അവർക്കൊരു സംഘടന ആ വശ്യമായിത്തീർന്നതുപോലെ, ഇന്ന് ദേശീയ പുനർനിർമാണങ്ങളിൽ വിദ്യാർഥികളെ കൂടുതൽ ആവേശപൂർവം പങ്കെടുപ്പിക്കുന്നതിനും സംഘടന ആവശ്യമാണ്.

ഇന്ത്യയുടെ ഭാവിപുരോഗതി എങ്ങനെയായിരിക്കണമെന്നതിനെ ക്കുറിച്ച് ദേശീയ നേതാക്കന്മാർ പല അഭിപ്രായങ്ങളും പുറപ്പെടുവിച്ചി ട്ടുണ്ട്. ആദ്യം 'സ്വരാജ്' ആണ് ലക്ഷ്യമായി അവർ പറഞ്ഞിരുന്നത്. ഇന്നത് സോഷ്യലിസമായിട്ടുണ്ട്. എന്നാൽ എന്താണ് സോഷ്യലിസം? ഉൽപ്പാദനോപകരണങ്ങളിലുള്ള സ്വകാര്യ ഉടമസ്ഥത അവസാനിപ്പിച്ച് പൊതുവുടമ സ്ഥാപിക്കുക എന്നതാണ് സോഷ്യലിസം. ഈ നിലയി ലുള്ള സോഷ്യലിസം ദേശീയനേതാക്കന്മാർ അംഗീകരിച്ചിട്ടില്ല. വൻകിട സ്വത്തുക്കൾക്ക് യാതൊരു കോട്ടവും കൂടാതെ സോഷ്യലിസം നടപ്പാ ക്കണമെന്ന അഭിപ്രായമാണ് അവർക്കുള്ളത്. വൻകിട ജന്മിമാരുടെ വമ്പിച്ച സ്വകാര്യ സ്വത്തിന് കോട്ടം തട്ടാൻ വയ്യ. ഉടമസ്ഥത അവസാനി പ്പിക്കണമെങ്കിൽ ഭാരിച്ച പ്രതിഫലം അവർക്കു കൊടുക്കണം.

സോഷ്യലിസം നമ്മുടെ ദേശീയ പുനർനിർമാണത്തിന്റെ ലക്ഷ്യ മായി അംഗീകരിക്കപ്പെട്ടുവെങ്കിലും അതിനെ സംബന്ധിച്, ഇത്തരം മൗലികമായ അഭിപ്രായവ്യത്യാസങ്ങളൊക്കെയുണ്ട്.

അതുകൊണ്ട്, ഈ നാടിന്റെ ദേശീയ നേതാക്കളും പുനർനിർമാതാ ക്കളുമായിത്തീരേണ്ട വിദ്യാർഥികൾ ഈ അഭിപ്രായവ്യത്യാസങ്ങളെ ക്കുറിച്ച് ചർച്ച ചെയ്യേണ്ടതാവശ്യമാണ്. മുമ്പ് സ്വാതന്ത്ര്യസമരത്തിന്റെ

പ്രശ്നങ്ങൾ വിദ്യാർഥിപ്രസ്ഥാനത്തിന്റെ ചർച്ചാവിഷയമായിരുന്നതു പോലെതന്നെ ഇന്ന് ദേശീയ പുനർനിർമാണത്തിന്റെ പ്രശ്നങ്ങൾ അ വരുടെ ചർച്ചയുടെ ഭാഗമായിരിക്കണം. ഇത്തരം ആശയപ്രവർത്തനങ്ങ ളിൽ പങ്കെടുക്കുന്നതോടൊപ്പം, ദേശീയ പുനർനിർമാണ പ്രവർത്തന ങ്ങളിൽ പ്രായോഗികമായും വിദ്യാർഥികൾക്ക് പങ്കെടുക്കാവുന്നതാണ്. വിദ്യാർഥി ഫെഡറേഷനിൽപ്പെട്ട വിദ്യാർഥികൾക്കു മാത്രമല്ല മറ്റേതു സംഘടനയിൽപ്പെട്ട വിദ്യാർഥികൾക്കും ഇതുരണ്ടും ചെയ്യാവുന്നതാണ്.

ഒഴിവുകാലങ്ങളിൽ നമ്മുടെ ഗ്രാമീണരുടെ ഇടയിൽ ഇറങ്ങിച്ചെന്ന് അവരുടെ നിരക്ഷരത ഇല്ലാതാക്കാൻ വളരെയേറെ പ്രവർത്തിക്കാൻ വിദ്യാർഥികൾക്കു കഴിയും. ദേശീയ പുനർനിർമാണപദ്ധതിയെക്കുറിച്ച് ഗ്രാമീണർക്ക് വിവരമുണ്ടാക്കിക്കൊടുക്കാനും വിദ്യാർഥികൾക്ക് പ്രവർ ത്തിക്കാവുന്നതാണ്.

ഇത്തരത്തിൽ ഈ നാടിന്റെ ഭാവി രൂപപ്പെടേണ്ടത് എങ്ങനെയായി രിക്കണമെന്ന ആശയപരമായ ചർച്ചകളിൽ പങ്കെടുക്കുകയും ദേശീയ പുനർനിർമാണ പ്രവർത്തനത്തിന്റെ പ്രാദേശിക പ്രവർത്തനത്തിൽ ഭാഗഭാക്കാവുകയും ചെയ്താൽ, ആ നിലയിൽ ഗവൺമെന്റിനെ സമീ പിച്ചാൽ വിദ്യാർഥിപ്രസ്ഥാനം അധികമധികം അഭിവൃദ്ധിപ്പെടും. അങ്ങനെ പ്രവർത്തിക്കാൻ മുന്നോട്ടുവരുന്ന വിദ്യാർഥികൾക്കു നേതൃത്വം നൽകിക്കൊണ്ട് വിദ്യാർഥി ഫെഡറേഷൻ മുന്നോട്ടുപോകുമെന്ന് ഞാൻ ആശിക്കുന്നു.

ദേശാഭിമാനി, 1959 ഒക്ടോബർ 12

13

'വിദ്യാർഥികളുടെ വഴിപിഴയ്ക്കൽ'

വിദ്യാർഥികൾ വഴിപിഴയ്ക്കുന്നുവെന്ന് അഭിപ്രായപ്പെട്ടും അങ്ങനെ ചെയ്യാതിരിക്കാൻ അവരോടഭ്യർഥിച്ചും കേളപ്പനും കുഞ്ഞിക്കൃഷ്ണൻ നമ്പ്യാരും എഴുതിയ ലേഖനങ്ങൾ ലേഖകന്മാരുടെ വഴിപിഴയ്ക്കലിന് ഉത്തമോദാഹരണങ്ങളാണ്. വിദ്യാർഥിപ്രസ്ഥാനത്തിന്റെ ഗുണദോഷ ചിന്ത എന്ന ശരിയായ വഴിവിട്ട് തൊഴിലാളിപ്രസ്ഥാനം, മദിരാശിമന്ത്രി മാരുടെ മലബാർ സന്ദർശനം, ചുവപ്പുകൊടി, സോഷ്യലിസത്തിന്റെ അ നാശാസ്യതയും ഗാന്ധിസത്തിന്റെ മാഹാത്മ്യവും—ഇങ്ങനെ പല വഴി ക്കുമാണ് അവരുടെ ലേഖനങ്ങൾ പോകുന്നത്. അതിൽ പല ഭാഗങ്ങളും കോൺഗ്രസ്സ് സോഷ്യലിസ്റ്റുകാരെപ്പറ്റിയുള്ള ആക്ഷേപങ്ങളാകയാൽ മറുപടി അർഹിക്കുന്നുമുണ്ട്. എന്നിരുന്നാലും അങ്ങനെ ശാഖാചംക്ര മണം ചെയ്യാൻ ഞാൻ തൽക്കാലം ഉദ്ദേശിക്കുന്നില്ല. പല വിഷയങ്ങളും കൊണ്ട് കാടുപിടിച്ചു കിടക്കുന്ന അവരുടെ ലേഖനങ്ങൾ ചികഞ്ഞു നോക്കി വിദ്യാർഥിപ്രസ്ഥാനത്തെക്കുറിച്ചുള്ള ഭാഗം മാത്രമെടുത്തൊന്ന് പരിശോധിച്ചുനോക്കാം.

വിദ്യാർഥിപ്രസ്ഥാനം അനാവശ്യമാണെന്ന് അവർ വാദിക്കുന്നില്ല; വിദ്യാർഥികൾ രാഷ്ട്രീയ കാര്യങ്ങളിൽ പങ്കുകൊള്ളുന്നതിനെ അവർ എതിർക്കുന്നില്ല. പക്ഷേ വിദ്യാർഥിപ്രസ്ഥാനം ഔദ്യോഗിക കോൺഗ്രസ് പ്രസ്ഥാനത്തിന്റെ ഒരു ശാഖയായിരിക്കണം; ഗാന്ധിസത്തിന്റെ നേതൃ ത്വത്തിൽ മാത്രമായിരിക്കണം വിദ്യാർഥികൾ രാഷ്ട്രീയകാര്യങ്ങളിൽ പങ്കെടുക്കുന്നത്; മറ്റേതു നേതൃത്വത്തിൻകീഴിലായാലും അത് വഴിപിഴ യ്ക്കലാണ്. വിദ്യാലയങ്ങൾ ബഹിഷ്കരിക്കാൻ കോൺഗ്രസ്സ് ആവശ്യപ്പെടുമ്പോൾ വിദ്യാർഥികൾ അങ്ങനെ ചെയ്യണം; കോൺഗ്രസ്സ് സ്ഥാനാർഥികൾ തിരഞ്ഞെടുപ്പിനു നിൽക്കുമ്പോൾ വിദ്യാർഥികൾ അവർക്കുവേണ്ടി പ്രവൃത്തിയെടുക്കണം; കോൺഗ്രസിന്റെ സൃഷ്ടി

പരിപാടി നടപ്പിൽ വരുത്താൻ വിദ്യാർഥികൾ കൂട്ടംകൂട്ടമായി അനധ്യാ
യകാലങ്ങളിൽ ഉൾനാടുകളിലേക്കിറങ്ങണം; കോൺഗ്രസ്സ് നേതാക്കന്മാർ
വരുമ്പോൾ അവർക്ക് മാലയും മംഗളപത്രവും നൽകണം— ഇതിനെല്ലാം
വേണ്ട തന്റേടം അവർക്കുണ്ട്. ഇതെല്ലാം ചെയ്യത്തക്കവണ്ണം അവർക്ക്
ബുദ്ധിയുറച്ചിരിക്കുന്നു. പക്ഷേ ഈ അതിർത്തി കടന്നാൽ, കോൺഗ്രസ്സ്
നേതാക്കന്മാരുടെ അഭിപ്രായത്തോട് അത്രമാത്രം യോജിക്കാത്തതായ
ഒരഭിപ്രായശകലം അവർ പുറപ്പെടുവിച്ചുപോയാൽ, ചെറിയൊരു പ്രവൃ
ത്തി അവർ ചെയ്തുപോയാൽ, അവരുടെ വഴി തെറ്റിപ്പോയെന്നു മാത്ര
മല്ല, അവർ പെട്ടെന്ന് പിഞ്ചുകുട്ടികളാവുകയായി; അവരുടെ ബുദ്ധിയുറ
യ്ക്കാത്തതാവുകയായി; കുമതികളായ ചില പ്രക്ഷോഭകർത്താക്കളുടെ
തിരിപ്പുകൾക്ക് അവർ വിധേയരാവുകയായി; ചുരുക്കത്തിൽ അവർ ദേശ
ദ്രോഹികളും തെമ്മാടികളുമാവുകയായി.

കേളപ്പനും നമ്പ്യാരും തങ്ങളുടെ കഴിഞ്ഞ കാലത്തെ രാഷ്ട്രീയ
പ്രവർത്തനത്തിലേക്കൊന്ന് തിരിഞ്ഞുനോക്കുന്നതു നന്ന്. സഹകരണ
ത്യാഗകാലത്ത് അവർ വിദ്യാർഥികളോട് വിദ്യാലയങ്ങൾ വിടാൻ അഭ്യർ
ഥിച്ചില്ലേ? സൈമൺ കമ്മീഷൻ ബഹിഷ്കരണത്തിൽ പങ്കുകൊള്ളാൻ
1928-ൽ അവർ വിദ്യാർഥികളോട് അഭ്യർഥിച്ചില്ലേ? 1930, 31, 32 ഈ കൊ
ല്ലങ്ങളിൽ നടന്ന പിക്കറ്റിങ്ങിൽ വിദ്യാർഥികളെ അവർ പങ്കെടുപ്പിച്ചില്ലേ?
അന്നെല്ലാം അവരുടെ ദൃഷ്ടിയിൽ വിദ്യാർഥികൾ 'ഭാവിപൗരന്മാ'രായി
രുന്നു; 'ചരിത്രത്തിന്റെ നിർമാതാ'ക്കളായിരുന്നു; രാജ്യത്തിലെ 'വിടരാൻ
പോകുന്ന പൂക്കളാ'യിരുന്നു; (ഇതൊന്നും ഞാൻ വെറുതെ പറയുന്നതല്ല:
അക്കാലത്തെല്ലാം ഒരു വിദ്യാർഥിയായിരുന്ന ഞാൻ ഇതെല്ലാം സ്വന്തം
ചെവികൊണ്ട് കേട്ടിട്ടും അതനുസരിച്ച് പലതും ചെയ്തിട്ടുമുണ്ട്.) അന്നു
വിദ്യാർഥികൾ പിഞ്ചുകുട്ടികളായിരുന്നതും അവരുടെ ബുദ്ധിയുറയ്ക്കാ
തിരുന്നതുമെല്ലാം കേളപ്പന്റെയും നമ്പ്യാരുടെയും ദൃഷ്ടിയിലല്ല മിതവാദി
കളുടെയും രാജഭക്തന്മാരുടെയും ദൃഷ്ടിയിലായിരുന്നു. 1930-ലെ സി
വിൽലംഘനകാലത്ത്, അന്നത്തെ ദേശീയ നേതാക്കന്മാരുടെ നിർദേശമ
നുസരിച്ച്, നടത്തിയ തക്ലിഘോഷയാത്രയിൽ വെറും നാലു വയസായ
ബാലൻ ഉൾപ്പെട്ടിരുന്നതും, 1931-ൽ വിദ്യാർഥികളുടെ ആഭിമുഖ്യത്തോടെ
നടത്തിയ വിദേശവസ്ത്രഷാപ്പ് പിക്കറ്റിങ്ങിൽ കേവലം 11 വയസായ
വിദ്യാർഥികളിൽ ഒരാൾകൂടിയുണ്ടായിരുന്നതുമെല്ലാം ഇന്നും ഞാൻ
ഓർക്കുന്നു. അന്ന് അവർക്കൊന്നും ബുദ്ധിയുറച്ചില്ലെന്ന് കേളപ്പന്
തോന്നിയിരുന്നില്ല. ഇന്ത്യയുടെ ഭരണസമ്പ്രദായമൊട്ടാകെ മാറ്റുന്നതി
നുള്ള പ്രസ്ഥാനത്തിൽ (1921-ലെ സഹകരണത്യാഗം, 1928-ലെ സൈ
മൺ കമ്മീഷൻ ബഹിഷ്കരണം, 1930-34 ലെ നിയമലംഘനം ഇവയിൽ)
പങ്കെടുക്കത്തക്ക വിശേഷബുദ്ധി—വിഷമവും അഗാധവുമായ ഭരണ
പരിഷ്കാരത്തെപ്പറ്റി ചിന്തിച്ച് തീരുമാനിക്കാനുള്ള ബുദ്ധി—വിദ്യാർഥി
കൾക്കുണ്ടെന്ന് അന്നെല്ലാം അവകാശപ്പെട്ടിരുന്ന ദേശീയവാദികളുടെ
ദൃഷ്ടിയിൽ വിദ്യാഭ്യാസസമ്പ്രദായം പരിഷ്കരിക്കണമെന്നും ഫീസ് ചുരു
ക്കണമെന്നും അഭിപ്രായപ്പെടാൻ പോലും വിദ്യാർഥികൾക്ക്

വിശേഷബുദ്ധിയില്ലെന്ന് ഇന്നു തോന്നാൻ തുടങ്ങിയതിന്റെ രഹസ്യ മെന്താണ്?

അടുത്തകാലത്ത് ഉത്ഭവിച്ച വിദ്യാർഥിപ്രസ്ഥാനങ്ങളെല്ലാം വിദ്യാർ ഥികളുടെ പ്രസ്ഥാനമായിരുന്നില്ല; കോൺഗ്രസിന്റെ പൊതുപ്രചാരവേല വിദ്യാർഥികളുടെ ഇടയിൽക്കൂടി നടത്താനുള്ള രംഗങ്ങളായിരുന്നു. നാട്ടിൽ മുഴുവൻ അലച്ചിരുന്ന സ്വാതന്ത്ര്യസന്ദേശം വിദ്യാർഥി കളുടെയിടയിലും അലച്ചു. അത് അതേ രൂപത്തിൽ പുറത്തുവരിക യായിരുന്നു. അന്നത്തെ വിദ്യാർഥിപ്രസ്ഥാനങ്ങൾ നാട്ടിൽ പൊതുവെ നടത്തിയിരുന്ന പ്രചാരവേല തന്നെയായിരുന്നു വിദ്യാർഥികളുടെ ഇട യിലും നടത്തിയിരുന്നത്. കോൺഗ്രസിന്റെ പൊതുപരിപാടി തന്നെയാ യിരുന്നു വിദ്യാർഥികൾക്കുമുണ്ടായിരുന്നത്. ഇത്തരത്തിലുള്ള ഒരു വിദ്യാർഥിപ്രസ്ഥാനത്തെ അന്നത്തെ കോൺഗ്രസുകാർ സ്വാഗതം ചെയ്തതിൽ അത്ഭുതപ്പെടാനില്ല. ഇന്നത്തെ സ്ഥിതി അതല്ല. കോൺ ഗ്രസിനോട് വിദ്യാർഥികൾക്ക് ഭക്തിബഹുമാനാദികളുണ്ടെങ്കിലും അതിന്റെ പ്രതിബിംബം മാത്രമാകണം വിദ്യാർഥിപ്രസ്ഥാനം എന്ന് അവർ ആഗ്രഹിക്കുന്നില്ല. കോൺഗ്രസ്സ് നേതൃത്വത്തെ അവർ ആദരി ക്കുന്നും അനുസരിക്കുന്നുമുണ്ടെങ്കിലും അവർ പറയുന്നത് അക്ഷരം പ്രതി അനുസരിക്കുകയാണ് വിദ്യാർഥിപ്രസ്ഥാനത്തിന്റെ കടമയെന്നവർ വിശ്വസിക്കുന്നില്ല. കോൺഗ്രസിൽ ചേർന്നും കോൺഗ്രസ്സ് പരിപാടി നിറവേറ്റുന്നതിൽ സഹായിച്ചും പ്രവർത്തിക്കാൻ അവർ തയ്യാറാണെ ങ്കിലും കോൺഗ്രസുകാർക്ക് മാത്രമേ വിദ്യാർഥിപ്രസ്ഥാനത്തിൽ പങ്കു ണ്ടാകാവു എന്നവർ അഭിപ്രായപ്പെടുന്നില്ല. അവരുടെ സ്വന്തം ആവശ്യ ങ്ങൾക്കും അവകാശങ്ങൾക്കും വേണ്ടി പ്രവർത്തിക്കുന്ന വിദ്യാർഥിസം ഘടന പ്രത്യക്ഷത്തിൽ കോൺഗ്രസിൽനിന്നും സ്വതന്ത്രയായ സംഘ ടനയാണെങ്കിലും, അത് കോൺഗ്രസിന്റെ ലക്ഷ്യമായ ദേശീയസ്വാത ന്ത്ര്യത്തിന് എതിരാണെന്ന് അവർക്ക് തോന്നുന്നില്ല. നേരേമറിച്ച് സാമ്രാ ജ്യാധിപത്യത്തിന്റെ ചൂഷണ (ഈ പദം ഉപയോഗിക്കുന്നതിന് മാപ്പ്) മാർഗങ്ങളിൽ ഏറ്റവും പ്രധാനമായ സാംസ്കാരിക ചൂഷണ (അതിന്റെ പ്രത്യക്ഷരൂപമാണല്ലോ ഇന്നത്തെ വിദ്യാഭ്യാസ സമ്പ്രദായം) ത്തിനെതി രായ തങ്ങളുടെ പ്രസ്ഥാനം സാമ്രാജ്യാധിപത്യത്തിന്റെ ഒരു വേരിന്മേൽ കത്തിവയ്ക്കുന്നതാകകൊണ്ട് കോൺഗ്രസ്സ്പ്രസ്ഥാനത്തെ പ്രകാരാ ന്തരേണ സഹായിക്കുകയാണ് ചെയ്യുന്നതെന്ന് അവർ വിശ്വസിക്കുന്നു. ചുരുക്കത്തിൽ, ശരിയായതായാലും പിഴച്ചതായാലും വിദ്യാർഥികൾക്ക് അവരുടേതായ ഒരു വഴിയുണ്ടാവണം. കോൺഗ്രസുകാരായാലും ജസ്റ്റിസ്കക്ഷിക്കാരായാലും മുസ്ലീംലീഗുകാരായാലും വിദ്യാർഥികളുടെ ആവശ്യങ്ങളും അവകാശങ്ങളും സ്വീകരിക്കുകയും അവർക്കുവേണ്ടി പ്രവർത്തിക്കുകയും ചെയ്യുന്ന വിദ്യാർഥികൾക്കെല്ലാം അതിൽ സ്ഥാന മുണ്ടായിരിക്കണം; ഈ അടിസ്ഥാനത്തിന്മേൽ പ്രവർത്തിക്കുകയല്ലാതെ സോഷ്യലിസവും ഗാന്ധിസവും ലിബറലിസവും വലിച്ചിഴച്ചുകൊണ്ടുവന്ന് വിദ്യാർഥികളെ ഭിന്നിപ്പിച്ചുകൂടാ. വിദ്യാർഥികളുടെ സംഘടന, അവരുടെ

ആവശ്യങ്ങളും അവകാശങ്ങളും, അവരുടെ നേതൃത്വം—ഇതാണ് ഇന്നത്തെ വിദ്യാർഥി പ്രസ്ഥാനം. അതിനെ വെറുമൊരു രാഷ്ട്രീയകക്ഷിയുടെ ഉപകരണമാക്കി ഉപയോഗിക്കുന്നതിനെ അവർ ശക്തിയായി എതിർക്കുന്നു.

വിദ്യാർഥിപ്രസ്ഥാനത്തിന്റെ ഈ പുതിയ സ്വഭാവം കേളപ്പനെയും നമ്പ്യാരെയും ഒരുപക്ഷേ പരിഭ്രമിപ്പിക്കുന്നുണ്ടായിരിക്കാം; കോൺഗ്രസിനെതിരായ ഒരു പ്രസ്ഥാനമാണെന്ന തെറ്റിദ്ധാരണയ്ക്ക് ഇടംകൊടുക്കുന്നുണ്ടായിരിക്കാം. എന്നാൽ വാസ്തവം അതല്ലെന്ന് അവരെപ്പോലെ തന്നെ കോൺഗ്രസുകാരനായ എനിക്ക് തീർച്ചപറയാൻ കഴിയും. മാത്രമല്ല, കോൺഗ്രസുകാരുടെ സഹായസഹകരണങ്ങളോടുകൂടിയും വിദ്യാർഥികളുടെ തന്നെ നേതൃത്വത്തിലും പ്രസ്ഥാനം വളർന്നുവരുന്ന പക്ഷം കോൺഗ്രസിനെതിരായി നിൽക്കുന്ന യാഥാസ്ഥിതിക ശക്തികളെ ചെറുക്കാനുള്ള ഒരു മഹാശക്തിയായിരിക്കും അതെന്നതിൽ എനിക്ക് തർക്കമില്ല.

പ്രസ്ഥാനത്തിന്റെ ഈ അടിസ്ഥാനതത്വത്തെ അവർ സ്വീകരിക്കുന്നുണ്ടോ എന്നാണ് എനിക്കവരോട് ചോദിക്കാനുള്ളത്. ഈ പ്രത്യക്ഷമായ ചോദ്യത്തിന് പ്രത്യക്ഷമായ ഒരു സമാധാനം ഞാനവരിൽനിന്ന് പ്രതീക്ഷിക്കുന്നു.

മാതൃഭൂമി 1937 ഒക്ടോബർ 21

II

ഈ തലവാചകത്തിൽ കെ കേളപ്പൻ എഴുതിയ ഒരു ലേഖനം *മാതൃഭൂമിയിൽ* കാണുകയുണ്ടായി. അതിൽ അദ്ദേഹം ഇന്നത്തെ വിദ്യാർഫിപ്രസ്ഥാനത്തിന്റെ അടിസ്ഥാനത്തെയും അതിന്റെ പ്രവൃത്തികളെയും ഇന്നത്തെ നേതൃത്വത്തെയും ശക്തിയായി ആക്ഷേപിച്ചിരിക്കുന്നു. അദ്ദേഹം പ്രകടിപ്പിച്ചിട്ടുള്ള മൗലികാശയങ്ങൾക്കു മറുപടി പറയുന്നത് കേരളത്തിൽ അടുത്തുകഴിഞ്ഞ രണ്ടു വിദ്യാർഥിസമ്മേളനങ്ങളിലും സാന്നിധ്യംചെയ്യാൻ അവസരം ലഭിക്കുകയും അഖിലേന്ത്യാ വിദ്യാർഥി പ്രസ്ഥാനവുമായി അടുത്തു പരിചയപ്പെടാൻ സാധിക്കുകയും ചെയ്ത ഒരാളെന്ന നിലയ്ക്കും, കേളപ്പൻ തന്റെ സങ്കൽപ്പലോകത്തിൽ വിദ്യാർഥി പ്രസ്ഥാനത്തിന്റെ നേതൃത്വം വഹിക്കുന്നതായി കാണുന്ന കോൺഗ്രസ് സോഷ്യലിസ്റ്റു പാർട്ടിയുടെ ഉത്തരവാദപ്പെട്ട ഒരുദ്യോഗസ്ഥൻ എന്നനിലയ്ക്കും എന്റെ കടമയാണെന്ന് ഞാൻ വിചാരിക്കുന്നു.

മെയ് 12-ാം തീയതിയിലെ കേളപ്പനും ഒക്ടോബർ 1-ാം തീയതിയിലെ കേളപ്പനും അഖില കേരള വിദ്യാർഥിസമ്മേളനം ഉൽഘാടനം ചെയ്തുകൊണ്ട് അദ്ദേഹം ചെയ്ത പ്രസംഗവും ഈ ലേഖനവും തമ്മിലുള്ള പരസ്പര വൈരുധ്യം, ലോകവന്ദ്യനായ മഹാത്മജിയെ അവഹേളിക്കുന്നുവെന്ന് കേളപ്പൻ ആക്ഷേപിക്കുന്ന വിദ്യാർഥികൾ അവരുടെ സമ്മേ

ളനത്തിൽ വച്ച് മഹാത്മജി ഇന്ത്യയിലെ രാഷ്ട്രീയപ്രസ്ഥാനത്തിനും വിദ്യാഭ്യാസലോകത്തിനുംവേണ്ടി ചെയ്തിട്ടുള്ള സേവനത്തെ അനു സ്മരിച്ചുകൊണ്ട് പ്രമേയം പാസാക്കിയത് ലേഖകൻ മറക്കുകയോ മറയ്ക്കുകയോ ചെയ്യുന്നുവെന്ന സംഗതി, വിദ്യാർഥികളും അധ്യാപകരും തമ്മിൽ വൈരമുളവാക്കരുതെന്ന് പ്രസ്താവിക്കുന്ന ലേഖകൻ വിദ്യാർഥി കളുടെ ദൃഷ്ടിയിൽ അധ്യാപകൻമാരെപ്പറ്റി അവജ്ഞയുളവാക്കുമാറ് ഒരു കോളത്തിലധികം അധ്യാപകമ്മാരെ വിമർശിക്കാൻ ഉപയോഗിച്ചു എന്ന പരമാർഥം—ഇങ്ങനെയുള്ള അപ്രധാന പ്രശ്നങ്ങളെക്കുറിച്ചൊന്നും ഒര ക്ഷരവും പറയാൻ ഞാൻ മുതിരുന്നില്ല. പ്രധാനവും ഗൗരവവുമായ ആക്ഷേപങ്ങൾ എത്രത്തോളം ന്യായമാണെന്ന് ചിന്തിക്കാനേ ഇവിടെ ഉദ്ദേശിക്കുന്നുള്ളൂ. ഇന്നത്തെ വിദ്യാഭ്യാസസമ്പ്രദായം, ഇന്ത്യയുടെ ഭരണാധികാരം കൈവശംവച്ചുകൊണ്ടിരിക്കുന്ന സാമ്രാജ്യശക്തിയുടെ നിക്ഷിപ്ത താൽപ്പര്യങ്ങൾക്കുവേണ്ടി സ്ഥാപിച്ചതും നിലനിർത്തപ്പെട്ടു വരുന്നതുമാണെന്ന കാര്യത്തിൽ യാതൊരു ചിന്തകനും അഭിപ്രായവ്യ ത്യാസത്തിനിടയില്ല. അതു പരിഷ്കരിക്കുന്നകാര്യം ഇന്നത്തെ ഇന്ത്യ യിൽ അതിപ്രധാനമായ ഒരു പ്രശ്നമാണ്—ഇതിന്റെ നാലുപുറവും ചുറ്റി നടക്കുന്നതുകൊണ്ടൊന്നും അതിനു പരിഹാരം കാണാൻ സാധിക്കുക യില്ല; അതിന്റെ മൂലാധാരത്തിൽത്തന്നെ കത്തിവയ്ക്കണം. ഇതെല്ലാം കേളപ്പനും സമ്മതിക്കുന്നു. പക്ഷേ, അതിനെപ്പറ്റി വിദ്യാർഥികൾ യാതൊ ന്നും മിണ്ടിപ്പോകരുത്. മാത്രമല്ല, 'രക്ഷിതാക്കൻമാരും അതിനു പ്രാപ്ത' രല്ലത്രേ! 'രാഷ്ട്രത്തിന്റെ നിയന്ത്രണത്തിൽ' വിദ്യാഭ്യാസ വിദഗ്ധൻമാർ വേണം ആ വിഷമമേറിയ കർത്തവ്യം നിർവഹിക്കുവാൻ.

ശരിതന്നെ. എനിക്കഭിപ്രായവ്യത്യാസമില്ല. പക്ഷേ, എന്താണീ 'രാ ഷ്ട്രം'? നിർജീവമായ സാധാരണ ജനങ്ങളിൽനിന്നെല്ലാം അതീതമായ ഒരു യന്ത്രമാണോ? വിദ്യാഭ്യാസ വിദഗ്ധൻമാരെ നിയന്ത്രിക്കുന്ന 'രാഷ്ട്ര' ത്തിൽ വിദ്യാർഥികൾക്കും രക്ഷിതാക്കൻമാർക്കും യാതൊരു സ്ഥാനവുമി ല്ലെന്നോ? ഏതുതരത്തിലുള്ള വിദ്യാഭ്യാസമാണ് വേണ്ടതെന്ന് പൊതുവെ പറയാൻ അവർക്കധികാരമില്ലെന്നോ? ഇടയ്ക്കിടയ്ക്ക് തിരഞ്ഞെടുപ്പുകൾ വരുമ്പോൾ ഒരാൾക്കോ ഒരു രാഷ്ട്രീയ കക്ഷിക്കോ വോട്ടുചെയ്യാൻ മാത്രം ഉപകരിക്കുന്ന യന്ത്രങ്ങളാണ് രക്ഷിതാക്കൻമാരെന്നും ഇങ്ങനെ യുള്ള വോട്ടുകൾകൊണ്ട് സ്ഥാനത്തെത്തുന്ന നേതാക്കൻമാരുടെ 'ആളു കളെ' ശിരസാവഹിക്കാൻ മാത്രം കൊള്ളുന്നവരാണ് വിദ്യാർഥികളെ ന്നുമാണോ ലേഖകൻ വിശ്വസിക്കുന്നത്? തങ്ങളുടെ കുട്ടികൾക്കുവേണ്ട വിദ്യാഭ്യാസത്തിന്റെ പൊതുസ്വരൂപം നിർണയിക്കത്തക്ക പ്രാപ്തിപോ ലും രക്ഷിതാക്കൻമാർക്കില്ലെന്നാണ് കേളപ്പൻ വിശ്വസിക്കുന്നതെങ്കിൽ ഇന്ത്യയെ ഭരിക്കാൻ ഇന്ത്യക്കാർക്ക് പ്രാപ്തിയില്ലെന്ന് പ്രസംഗിച്ച് ഒഴി ഞ്ഞുപോയ ഡിസ്ട്രിക്റ്റ് ബോർഡ് പ്രസിഡന്റും ഇന്നത്തെ പ്രസിഡന്റും തമ്മിൽ എന്താണ് വ്യത്യാസമെന്നെനിക്ക് മനസിലാവുന്നില്ല. രണ്ടുപേരും സാധാരണ ജനങ്ങളുടെ പ്രാപ്തിയിൽ വിശ്വസിക്കുന്നില്ല. താനൊരു

ജനാധിപത്യവാദിയാണെന്നു പറയാതിരിക്കാനെങ്കിലും കേളപ്പൻ ശ്രദ്ധിച്ചാൽ നന്ന്.

വിദ്യാഭ്യാസം രാഷ്ട്രത്തിന്റെ നേതൃത്വത്തിലായിരിക്കും; അതിന്റെ സവിസ്തരമായ പദ്ധതികൾ തയാറാക്കാൻ വിദ്യാഭ്യാസ വിദഗ്ധൻമാ രായിരിക്കുക; ആ വിദഗ്ധൻമാരെ നിശ്ചയിക്കുന്നത് രാഷ്ട്രമായിരിക്കുക; ആ രാഷ്ട്രത്തിന്റെ ഭരണയന്ത്രം ജനാധിപത്യപരമായിരിക്കുക—ഇതാണ് ശരിയായ ഒരു വിദ്യാഭ്യാസരീതി എന്ന് കേളപ്പനും സമ്മതിക്കുമെന്നതിൽ എനിക്ക് സംശയമില്ല. പക്ഷേ, ജനാധിപത്യത്തിന്റെ ജീവവായുതന്നെ ജനങ്ങൾ അവരവരുടെ ആവശ്യങ്ങളും ആവലാതികളും പ്രകടിപ്പിച്ച് അതിനു പ്രായോഗികരൂപം കൊടുക്കാൻ വിദഗ്ധൻമാരോട് ആജ്ഞാപി ക്കുകയെന്നതാണ്. ഈ 'ജനങ്ങ'ളിൽ രക്ഷിതാക്കൻമാർക്കും വിദ്യാർഥി കൾക്കും സ്ഥാനമില്ലേ? അവരുടെ കഷ്ടപ്പാടുകളും ആവശ്യങ്ങളും വ്യക്തമാക്കാൻ അവർക്ക് അധികാരമില്ലേ? ഡിസ്ട്രിക്റ്റ് ബോർഡ് പുതിയ ഫീസ് ചുമത്തുകയും പഴയ ഫീസ് വർധിപ്പിക്കുകയും ചെയ്യു മ്പോൾ അതു കഷ്ടമാണെന്നു പറയാൻ രക്ഷിതാക്കൻമാർക്ക് 'പ്രാപ്തി' യില്ലെന്നോ? വർധിച്ച ഫീസുകൊടുക്കാൻ തങ്ങളുടെ രക്ഷിതാക്കൻമാർക്ക് കഴിവില്ലെന്ന് ശകാരിക്കുക, പിഴയിടുക, ബഞ്ചിൻമേൽ കയറ്റിനിർത്തുക എന്ന ആത്മാഭിമാനധ്വംസകങ്ങളായ ശിക്ഷകൾ പൊറുക്കത്തക്കതല്ലെന്നു മനസ്സിലാക്കാൻവേണ്ട 'പഠിപ്പ്' വിദ്യാർഥികൾക്കില്ലെന്നാണോ കേളപ്പൻ വിശ്വസിക്കുന്നത്? മനുഷ്യനെക്കുറിച്ചുള്ള അദ്ദേഹത്തിന്റെ മതിപ്പ് ഇത്ര സങ്കുചിതമാണോ? വാസ്തവത്തിൽ വിദ്യാർഥികൾ ഇന്നാവ ശ്യപ്പെടുന്നതെന്താണ്? വിദ്യാഭ്യാസ സമ്പ്രദായം ഇന്ത്യയിലെ ജനതതി യുടെ ഹിതത്തിനൊത്തതായിരിക്കണം; സർവകലാശാല 'നോമിനേഷ'ന് വിധേയമാകാതെ ജനപ്രതിനിധികളാൽ തിരഞ്ഞെടുക്കപ്പെട്ടതായിരി ക്കണം; വിദ്യാർഥികളുടെ ആശയഗതിയും മനോഭാവവും മനസിലാക്കുന്നതിന് ഉപകരിക്കത്തക്കവിധം അവരുടെ പ്രതിനിധികളും കുറച്ചുപേർ അതിലുണ്ടായിരിക്കണം; അതതു സമയത്ത് അവർ ക്കുണ്ടാകുന്ന കഷ്ടപ്പാടുകളെക്കുറിച്ച് പ്രസ്താവിക്കാൻ വിദ്യാർഥിസം ഘടനകൾക്ക് അധികാരമുണ്ടായിരിക്കണം. ഇതിൽ ഇത്ര ക്ഷോഭിക്കാൻ എന്താണുള്ളതെന്ന് എനിക്ക് വാസ്തവമായി മനസിലാവുന്നില്ല.

വിദ്യാർഥിസംഘടനയുടെ ഈ അടിസ്ഥാനതത്വങ്ങൾ കേളപ്പൻ സ്വീകരിക്കുന്നുണ്ടോയെന്ന് ലേഖനത്തിൽനിന്ന് വ്യക്തമാകുന്നില്ല. പണി മുടക്കുകളുടെയും വിദ്യാർഥിസംഘടനയുടെ അടിസ്ഥാനതത്വവുമായി വലിയ ബന്ധമൊന്നുമില്ലാത്ത ഗാന്ധിജിയുടെ 'വ്യക്തിമാഹാത്മ്യ' ത്വ ത്തിന്റെയും ഇടയിൽ ആ പ്രധാനസംഗതി അദ്ദേഹം തീരെ മറന്നിരി ക്കുന്നു. അതുകൊണ്ട് ആക്ഷേപവിഷയമായ പണിമുടക്കത്തെ ഒന്നു പരിശോധിക്കാം.

അടുത്തകാലത്തായി മലബാറിൽ രണ്ടുമൂന്നു പണിമുടക്കങ്ങൾ വിദ്യാർഥികൾ നടത്തുകയുണ്ടായിട്ടുണ്ട്. അവയുടെ ന്യായാന്യായത്തെ

ക്കുറിച്ച് നമുക്കിവിടെ ചിന്തിക്കേണ്ടതില്ല. അവയെല്ലാം തെറ്റായ കാര്യ ത്തിനുവേണ്ടി തെറ്റായ സമയത്ത് നടത്തിയതാണെന്നുതന്നെ തൽക്കാലം നമുക്ക് സമ്മതിക്കുക. എന്താണ് അതിന്റെ അടിസ്ഥാന കാരണം? അതിനോട് വിദ്യാർഥിസംഘടനകളും പൊതുജനങ്ങളും പെരുമാറേണ്ട തെങ്ങനെ?

മറ്റുപല ജനവിഭാഗങ്ങളുമെന്നപോലെ, വിദ്യാർഥികളും നാനാവിധ മായി അടിമത്തങ്ങൾ സഹിച്ചുവന്നിരുന്നു. സ്വന്തമായ യാതൊരു വ്യക്തി ത്വവുമില്ലാതെ, മർദനപരമായ ഒരു രാഷ്ട്രീയാധിപത്യത്തിനും അഭിമാന ധ്വംസകമായ പാഠ്യപുസ്തകങ്ങൾക്കും അപ്രാപ്തൻമാരെന്ന് കേളപ്പൻ തന്നെ സമ്മതിക്കുന്ന അധ്യാപകൻമാരുടെ അനുചിത പെരുമാറ്റത്തിനും അടിമപ്പെട്ട് അവർ നാൾ കഴിച്ചുവരികയായിരുന്നു. ഇപ്പോഴിതാ, ആവേശ ജനകമായൊരു മഹനീയസന്ദേശവും വഹിച്ച് വിദ്യാഭ്യാസസമ്പ്രദായം പരിഷ്കരിക്കാൻ കാപ്പുകെട്ടി, കോൺഗ്രസിന്റെ കീഴിൽ ഒരു സംഘം പൊതുപ്രവർത്തകർ നാടുതോറും സഞ്ചരിക്കുന്നു. അവർ പ്രചരിപ്പി ക്കുന്ന സന്ദേശം, മറ്റു ജനവിഭാഗങ്ങളിലെന്നപോലെ, വിദ്യാർഥികളിൽ പുതിയ ആശയും ആവേശവും ഉളവാക്കുന്നു. തങ്ങളെ കെട്ടിയിട്ട ചങ്ങല പൊട്ടിക്കാൻ അവർ ധൃതിപ്പെടുന്നു; ആവേശജനകമായ ആ പൊതുപ്രവാ ഹത്തിൽ പങ്കുകൊള്ളാൻ അവർ കാംക്ഷിക്കുന്നു. ഈ അവസരത്തിൽ രണ്ടുകാര്യങ്ങളാണ് സംഭവിക്കുന്നത്: (1) പഴയ അടിമത്തപരമായ അച്ചട ക്കത്തിൽനിന്നു വിട്ടുപോകാൻ ധൃതിപ്പെടുന്ന അവർ പുതിയ സംഘടന ശരിയായി വരാത്തതിനാൽ യാതൊരച്ചടക്കബോധവുമില്ലാതെ പ്രവർത്തി ക്കുന്നു. (2) സംഘടനയുടെ പേർകൂടി ഇഷ്ടപ്പെടാത്ത അധികൃതൻമാരും അധ്യാപകൻമാരും പുതിയ സംഘടനകണ്ട് വിളറി എടുക്കുകയും അതിനെ അമർക്കാൻ ശ്രമിക്കുകയും ചെയ്യുന്നു. ഈ രണ്ടു ശക്തികൾക്കി ടയിൽ വിദ്യാർഥികളും അധ്യാപകൻമാരും തമ്മിൽ ഇടർച്ചയുളവാകുന്നു. ഇതാണ് പണിമുടക്കുകളുടെ ശരിയായ വ്യാഖ്യാനം.

ലോകത്തിലുണ്ടായിട്ടുള്ള എല്ലാ ബഹുജനപ്രസ്ഥാനങ്ങളെയും ബാധിക്കുന്ന ഒരു ചരിത്രപരമായ മനഃശാസ്ത്ര തത്വമാണ് മുകളിൽ കൊടുത്തത്. ദേശീയത്വത്തിന്റെ സന്ദേശം യുവജനങ്ങളിൽ ആദ്യം ഉളവാക്കുന്ന മാനസിക ഫലമാണ് ഭീകരപ്രസ്ഥാനമായി രൂപാന്തരപ്പെ ടുന്നത്. വ്യക്തിപരമായ ഈ സമരമനഃസ്ഥിതി സമരത്തിന്റെ പുരോഗമന ത്തോടുകൂടി സാമൂഹ്യവും സംഘടിതവുമായ രൂപം ധരിക്കുന്നു. അതു പോലെ, തൊഴിലാളിസംഘടനയുടെ പ്രേരണ ആദ്യം ചില്ലറകാര്യങ്ങൾ ക്കുവേണ്ടി സംഘടിതമല്ലാത്ത രീതിയിലുള്ള പണിമുടക്കുകളായി പുറ പ്പെട്ട്, അതിൽ തൊഴിലാളികൾ നേടുന്ന അനുഭവത്തിൽക്കൂടി സംഘടി തവും സർവവ്യാപകവുമായ തൊഴിലാളിപ്രസ്ഥാനമായി വളർന്നുവരുന്നു. ഇതേ മാതിരിതന്നെയാണ് ദേശീയത്വത്തിന്റെയും കുടിയായ്മപ്രക്ഷോ ഭത്തിന്റെയും സങ്കരഫലമായി 1921-ൽ മലബാർലഹള പൊട്ടിപ്പുറപ്പെട്ടത്. ഈ ഘട്ടങ്ങളിൽ, സംഘടനയുടെ പ്രഥമഫലം സംഘടിതരീതിയിൽ

ആകുന്നില്ലെന്നുകണ്ട് പരിഭ്രമിച്ച് സംഘടനയിൽനിന്നുതന്നെ പിൻമാറു
ന്നത് ബുദ്ധിപൂർവമായ രാഷ്ട്രീയ പ്രവർത്തനത്തിന് യോജിച്ചതല്ല.
സംഘടിതമല്ലാത്ത രീതിയിലുള്ള പ്രക്ഷോഭത്തെയും സമരത്തെയും
നിയന്ത്രിച്ച് സംഘടനയെ ബലപ്പെടുത്തുകയാണ് അതതു അവസര
ങ്ങളിൽ ചെയ്യേണ്ടത്. ജനസാമാന്യത്തിന്റെ സംഘടന ചില നേതാക്കൻ
മാരുടെ തലച്ചോറിൽനിന്നുൽഭവിക്കുകയല്ല, തുടർന്നുകൊണ്ട് നടക്കുന്ന
സംഘടനാ പ്രവൃത്തിയുടെ ഇടയിൽനിന്നു വരുന്ന തെറ്റുകളിൽനിന്നും
അനുഭവത്തിൽനിന്നും അവർതന്നെ പഠിക്കുകയാണ് ചെയ്യുന്നത്. ഈ
അനുഭവങ്ങളും തെറ്റുകളും ചൂണ്ടിക്കാണിച്ച് സംഘടനയെ സഹായിക്കു
ന്നവരാണ് ജനനേതാക്കൻമാർ; അവർ തെറ്റു ചെയ്യുന്നു എന്നുപറഞ്ഞാ
ക്ഷേപിക്കുകയും അവരെ അപഹസിക്കുകയും ചെയ്യുകയല്ല നേതാക്കൻ
മാരുടെ കർത്തവ്യം.

ഈ ഒരു നിലയാണ് കേരളത്തിലെ വിദ്യാർഥികൾ അംഗീകരിച്ചി
ട്ടുള്ളതെന്ന് അവരുടെ പ്രസംഗങ്ങളും പ്രമേയങ്ങളും പരിശോധിച്ചാൽ
വ്യക്തമാകും. പണിമുടക്കുകൾക്കുള്ള അവകാശം അവർ വിട്ടുകളഞ്ഞി
ട്ടില്ല, ശരിതന്നെ. പക്ഷേ, അത് ശരിയായ ആലോചന നടത്തി വേണ്ടിട
ത്തോളം സംഘടനയുണ്ടായതിൽപ്പിന്നീടു മാത്രമേ ഉപയോഗിക്കാവു
എന്ന് കേരള വിദ്യാർഥിഫെഡറേഷൻ ഈയിടെ തീരുമാനിച്ചിട്ടുണ്ട്.
വിദ്യാർഥികളുടെ സംഘടനയാണ് ശരിയായ അച്ചടക്കത്തിനുള്ള ഉപകര
ണമെന്ന് അഭിപ്രായപ്പെട്ടുകൊണ്ടും അതിൽ സഹകരിക്കണമെന്ന്
അധ്യാപകൻമാരോടും പൊതുജനങ്ങളോടും അഭ്യർഥിച്ചുകൊണ്ടും
തലശ്ശേരി സമ്മേളനം പ്രമേയം പാസാക്കിയിട്ടുണ്ട്. സമ്മേളന അധ്യക്ഷ
നായ ബാട്ലീവാലയുടെ പ്രസംഗം ഈ സഹകരണത്തിനുള്ള സുദീർ
ഘവും യുക്തിപൂർവവുമായ ഒരഭ്യർഥനയായിരുന്നു. ഇന്നത്തെ ആവേശ
ത്തെയും അതൃപ്തിയെയും യഥേഷ്ടം സംഘടിതമായ രീതിയിൽ
നയിച്ചും വിദ്യാർഥികളുടെ സാമാന്യവും സാംസ്കാരികവുമായ വളർ
ച്ചയെ സഹായിച്ചും വിദ്യാഭ്യാസപുരോഗതിയെയും പൊതുനന്മയെയും
ഉയർത്തിക്കൊണ്ടുവരാനാണ് കേരളത്തിലെ ഇന്നത്തെ വിദ്യാർഥിപ്ര
സ്ഥാനം ഉദ്ദേശിക്കുന്നതെന്ന് ഇതിൽനിന്നെല്ലാം വ്യക്തമാകുന്നുണ്ട്. ഈ
പ്രവൃത്തിയിൽ മറ്റുപലർക്കും എന്നപോലെ വിദ്യാർഥികൾക്കും തെറ്റു
പറ്റുന്നുണ്ടാവാം; അപ്പോൾ, അവർക്കതു ചൂണ്ടിക്കാണിച്ചുകൊടുത്ത്
അവരെ നേർവഴിക്കു നയിക്കുന്നത് ഒരു പൊതുജനസേവകന്റെ നിലയ്ക്ക്
കേളപ്പന്റെ കടമയാണ്. ആ രീതിയിൽ അദ്ദേഹം അവരെ ഉപദേശിക്കുന്ന
പക്ഷം അതിനെ ആദരപൂർവം പരിശോധിച്ച് സ്വീകരിക്കുകയോ സ്വീകരി
ക്കാതിരിക്കുകയോ ചെയ്യാൻ വേണ്ട വിവരം അവർക്കുണ്ടെന്നാണ് അവരു
മായുള്ള എന്റെ ചുരുങ്ങിയ പരിചയം എന്നോടു പറയുന്നത്.

ഗാന്ധിജിയുടെ പേരും സേവാസമിതിയുമൊന്നും അനാവശ്യമായി
ലേഖകൻ വലിച്ചിഴയ്ക്കേണ്ടിയിരുന്നില്ല. ഗാന്ധിസമോ സേവാസമിതിയോ
അല്ല, ഇവിടെ വാദവിഷയം വിദ്യാർഥികളുടെ സംഘടനാ സ്വാതന്ത്ര്യ

മാണ്. ഗാന്ധിസമായാലും സോഷ്യലിസമായാലും ലിബറലിസമായാലും വിദ്യാർഥികളുടെ സംഘടനയെയും യോജിപ്പിനെയും ആ പ്രശ്നത്തി ന്മേൽ ഭിന്നിപ്പിക്കുന്നവർ വിദ്യാർഥിപ്രസ്ഥാനത്തെ നശിപ്പിക്കുകയാണ് ചെയ്യുന്നത്. ഗാന്ധിസം സ്വീകരിക്കുന്ന വിദ്യാർഥിസംഘങ്ങൾ മാത്രമേ ഉണ്ടാകാവു എന്നു പറയുന്നവരും ഇല്ലാത്തവരെയെല്ലാം വെടിവച്ചുകൊല്ല ണമെന്നു പറയുന്നവരും തമ്മിൽ വ്യത്യാസമില്ല. ഗാന്ധിസവും സോ ഷ്യലിസവും ലിബറലിസവുമല്ല വിദ്യാർഥികളുടെ—അവർ കോൺഗ്രസു കാരായാലും കൊള്ളാം ജസ്റ്റിസ് പാർട്ടിക്കാരായാലും കൊള്ളാം—പൊതു ആവശ്യങ്ങളും ആദർശങ്ങളുമാണ് വിദ്യാർഥിസംഘടനയുടെ അടിസ് ഥാനം. ഇത്തരത്തിലുള്ള സംഘടനയെ പ്രോൽസാഹിപ്പിക്കാൻ അദ്ദേഹം തയാറുണ്ടോ എന്നാണ് ചോദ്യം.

മാതൃഭൂമി. 1937 നവംബർ 11

14

കേരളത്തിലെ വിദ്യാർഥികളോട്*

സുഹൃത്തുക്കളേ,

ബോംബെ, കറാച്ചി മുതലായ സ്ഥലങ്ങളിൽ അടുത്ത കാലത്ത് നടന്ന വിദ്യാർഥിസമ്മേളനങ്ങളും പ്രതിഷേധ പ്രദർശനങ്ങളും നിങ്ങളുടെ ദൃഷ്ടി യിൽപ്പെട്ടിരിക്കും. വിദ്യാർഥികളുടെ മൗലികാവകാശങ്ങളും അടിയ ന്തരാവശ്യങ്ങളും അവർ ഉറച്ചസ്വരത്തിൽ പുറത്തുപറയാൻ തുടങ്ങിയത് അവിടങ്ങളിൽ ഒരിളക്കമുളവാക്കിയതും നിങ്ങൾ മനസിലാക്കിയിരിക്കും. അവരുടെ ഈ മാതൃകയനുസരിച്ച് നിങ്ങളുടെ ആവശ്യങ്ങളും ആഗ്രഹ ങ്ങളും പുറത്തു പ്രകടിപ്പിക്കത്തക്ക സംഘടനകൾ രൂപീകരിച്ച് നാടിന്റെ പുരോഗതിയെ സഹായിക്കാൻ നിങ്ങൾക്കുമ്മേഷം തോന്നിത്തുടങ്ങിയിട്ടു ണ്ടാവുമെന്നാണ് ഞാൻ പ്രതീക്ഷിക്കുന്നത്.

ഈ ആഗസ്റ്റ് 15 ന് ലഖ്നൗവിൽ വച്ച് ഒരു അഖിലേന്ത്യാ വിദ്യാർഥി സമ്മേളനം കൂടുന്നതാണെന്നും അതിൽ കഴിയുന്നത്ര പ്രതിനിധികളെ കേരളത്തിൽ നിന്നയയ്ക്കാൻ ഇവിടത്തെ വിദ്യാർഥി സുഹൃത്തുക്കളോട ഭ്യർഥിക്കണമെന്നും പ്രവർത്തകന്മാർ എന്നെ അറിയിച്ചിരിക്കുന്നു. ഇത്ര ദൂരത്തുള്ള ഒരു സ്ഥലത്തേക്ക് ഇത്ര ചുരുങ്ങിയ സമയത്തിനുള്ളിൽ പ്ര തിനിധികളെ അയയ്ക്കുകയെന്നത് നിങ്ങളെ സംബന്ധിച്ചിടത്തോളം ഒരുപക്ഷേ അസാധ്യമായിരിക്കും. അതുപോലെതന്നെ ഇത്ര ചുരുങ്ങിയ സമയത്തെ നോട്ടീസ് കൊടുത്തു കൂടുന്ന സമ്മേളനത്തിന് ശരിയായ ഒരഖിലേന്ത്യാ പ്രാതിനിധ്യമുണ്ടാവുമെന്നും പ്രതീക്ഷിക്കാൻ നിവൃത്തിയില്ല. എന്നാൽ ഇങ്ങനെയൊരു സമ്മേളനം വിളിച്ചുകൂട്ടാൻ ലഖ്നൗവിലെ സുഹൃത്തുക്കൾ ഒരുങ്ങിയിട്ടുള്ളതിൽനിന്നും ബോംബെ

---

* കൽക്കത്തയിൽ ചേർന്ന അഖിലേന്ത്യ വിദ്യാർഥി ഫെഡറേഷന്റെ സമ്മേളനത്തിലെ ഉദ്ഘാടന പ്രസംഗത്തിൽ നിന്ന്.

യിലെ വിദ്യാർഥിസമ്മേളനത്തിന്റെ നടപടികളിൽനിന്നും മറ്റും ഇന്ത്യ
യിലെ നാനാഭാഗത്തുമുള്ള വിദ്യാർഥികളുടെ ഇടയിൽ വളർന്നുവരുന്ന
ഉണർവും ആത്മബോധവും വ്യക്തമാവുന്നതിനാൽ അടുത്ത അവസര
ത്തിൽത്തന്നെ ഒരഖിലേന്ത്യാ വിദ്യാർഥിപ്രസ്ഥാനം ഉളവാകുമെന്ന്
ന്യായമായി വിശ്വസിക്കാം. അതിൽ കേരളത്തിലെ വിദ്യാർഥികൾ
ന്യായമായ തോതിൽ പങ്കെടുക്കത്തക്കവണ്ണം അവരെ സംഘടിപ്പിച്ചു
തുടങ്ങുവാൻ ഞാൻ നിങ്ങളോടഭ്യർഥിക്കുന്നു. അടുത്തയവസരത്തിൽ
ഒരു വിദ്യാർഥിസമ്മേളനം കൂടുമ്പോൾ വിദ്യാർഥിയല്ലാത്ത ഒരാൾക്കും
ഇങ്ങനെ അഭ്യർഥിക്കേണ്ടിവരാത്തവിധം കേരളത്തിൽ ഒരു വിദ്യാർഥി
സംഘടന രൂപീകരിച്ചുകഴിഞ്ഞിരിക്കുമെന്നു ഞാനാശിക്കുന്നു.

നിങ്ങളുടെ വിശ്വാസം സമ്പാദിക്കാനും നിങ്ങളുടെ ഉത്സാഹത്തെ
സ്വന്തം ആവശ്യത്തിനുവേണ്ടി ഉപയോഗിക്കാനും പല കക്ഷികളും നേ
താക്കന്മാരും ഉത്സാഹിക്കുന്നതായിരിക്കും. അതിനൊന്നും ഇരയാവാതെ
സ്വന്തം കാലിന്മേൽ നിന്നുകൊണ്ടും സ്വന്തം ആശയങ്ങളെ നിർഭയം
വ്യക്തമാക്കിക്കൊണ്ടും വിദ്യാർഥികളുടെ പൊതുഗുണത്തെ ലാക്കാക്കി
നടത്തുന്ന പ്രബല സംഘടനകൾ സൃഷ്ടിക്കാനാണ് നിങ്ങൾ ശ്രമിക്കേണ്ട
തെന്നു ഞാൻ പറയേണ്ടതില്ല. നിങ്ങളെ അമർക്കാൻ ശ്രമിക്കുന്നത് അ
ധികൃതന്മാരായാലും കൊള്ളാം, അധ്യാപകന്മാരായാലും കൊള്ളാം, അ
ച്ഛനമ്മമാരായാലും കൊള്ളാം, അതിനു കീഴടങ്ങാതെ തലയുയർത്തി നിൽ
ക്കുക. അതതുകാലത്തെ പ്രധാന പ്രശ്നങ്ങളെക്കുറിച്ചു ശാസ്ത്രീയമായ
രീതിയിൽ ആലോചനയും വാദപ്രതിവാദവും നടത്തുക, അനധ്യായ കാ
ലങ്ങളിൽ ഉൾനാടുകളിലേക്കു സംഘം സംഘമായി ചെന്ന് വിജ്ഞാനവും
ആത്മാഭിമാന സന്ദേശവും പരത്തുക, വിദ്യാഭ്യാസത്തിനുള്ള പ്രതി
ബന്ധങ്ങളെയും അസമത്വങ്ങളെയും ചെറുക്കുക, ചുരുക്കത്തിൽ വിദ്യാർ
ഥികൾ സ്വതന്ത്രരായി തങ്ങൾക്കും നാടിനും ഉപകരിക്കുന്നവിധം
ജീവിക്കുക—ഇതിനു സജീവമായ സംഘടനതന്നെ വേണം. പഞ്ചാ
ബിലെന്നപോലെ കേരളത്തിലും ബ്രിട്ടീഷിന്ത്യയിലെന്നപോലെ നാട്ടു
രാജ്യങ്ങളിലും ഹിന്ദുവിദ്യാർഥിക്കെന്നപോലെ മുസ്ലിം, ക്രിസ്ത്യൻ
വിദ്യാർഥികൾക്കും അതാവശ്യമാണ്. വിദ്യാർഥിയുടെ സ്വന്തം രക്ഷയ്ക്കെന്നെ
പോലെ നാടിന്റെ പൊതുപുരോഗതിക്കും അത് ഒഴിക്കാൻ വയ്യാത്ത ഒരു
സംഗതിയാണ്. ഉൽബുദ്ധനായ വിദ്യാർഥിയെന്നപോലെ ബുദ്ധിമാനായ
അധ്യാപകനും ഉൽപ്പതിഷ്ണുവായ രാജ്യതന്ത്രജ്ഞനും അതിനെ സ്വാ
ഗതം ചെയ്യും. പാഠ്യപുസ്തകത്തിനു പുറമേയുള്ള ആശയങ്ങളെയൊന്നും
പൊറുക്കാത്ത അധ്യാപകൻ, ഏതുരുപത്തിലുള്ള സംഘടനയെയും
വെറുക്കുന്ന സ്വേച്ഛാധികാരി, തിരുവായ്ക്കെതിർവായ പറയാൻ ഭയപ്പെ
ടുന്ന രക്ഷിതാവ്, ചുരുക്കത്തിൽ ആത്മാഭിമാനമോ പുരോഗമനേച്ഛയോ
ഇല്ലാത്ത യാഥാസ്ഥിതികൻ മാത്രമേ അതിനെ എതിർക്കാനുള്ളു. അവരെ
നമുക്കു കൂട്ടാക്കേണ്ടതില്ല. അതുകൊണ്ട് സംഘടനയാവട്ടെ നിങ്ങളുടെ
അടിയന്തരപ്രവൃത്തി; ആത്മാഭിമാനമാവട്ടെ നിങ്ങളുടെ മുദ്രാവാക്യം;

ശാസ്ത്രീയചിന്തയാവട്ടെ നിങ്ങളുടെ വിദ്യാഭ്യാസത്തിന്റെ അടിസ്ഥാനം.

കോഴിക്കോട്ടും മറ്റുചില സ്ഥലങ്ങളിലുമുള്ള വിദ്യാർഥികളുടെ യിടയിൽ ചുരുങ്ങിയ നിലയ്ക്ക് ചില സംഘടനാപ്രവൃത്തികൾ നടന്നു വരുന്നുണ്ടല്ലോ. അവയ്ക്കുത്തരവാദികളായ സുഹൃത്തുക്കളുടെ നേതൃത്വ ത്തിൽ അടുത്ത അവസരത്തിൽ ഒരഖില കേരള വിദ്യാർഥി സമ്മേളനം വിളിച്ചുകൂട്ടേണ്ടതാണെന്നും അതിനു മറ്റു സ്ഥലങ്ങളിലെ വിദ്യാർഥി കളുടെ സഹായസഹകരണങ്ങളുണ്ടാവേണ്ടതാണെന്നും കൂടി ഞാനവ രോട് അഭിപ്രായപ്പെട്ടുകൊള്ളുന്നു. അങ്ങനെ എന്തെങ്കിലും ഏർപ്പാട് ചെ യ്യുന്നപക്ഷം അവർക്കുവേണ്ട എല്ലാ നിർദേശങ്ങളും ഉപദേശങ്ങളും തരാൻ പ്രസ്ഥാനത്തിൽ പ്രത്യേക പരിചയം സിദ്ധിച്ചിട്ടുള്ള ചില സു ഹൃത്തുക്കൾ സമ്മതിച്ചിട്ടുണ്ടെന്നുകൂടി അറിയിക്കാൻ ഈ അവസരം വിനിയോഗിച്ചുകൊള്ളട്ടെ.

ദേശാഭിമാനി, 1959 ഒക്ടോബർ 13

15

സമരമാർഗത്തിന്റെ പ്രശ്നം

നമ്മുടെ യുവജന-വിദ്യാർഥി സംഘടനാപ്രവർത്തകർ പല പ്പോഴും അമിതാവേശംമൂലം അക്രമത്തിലേക്കു വഴുതിപ്പോകാ റുണ്ടല്ലോ. ഇത് നമ്മുടെ മാത്രം കുറ്റമല്ല. എല്ലാ രാഷ്ട്രീയപ്പാർട്ടികൾ ക്കും ഈ പ്രശ്നമുണ്ട്. 'കയ്യൂക്കുള്ളവൻ കാര്യക്കാരൻ' എന്ന കാടൻ സ്വഭാവമാണ് ഇതിനു പിന്നിൽ. ഇതിന്റെ ഫലമനുഭവിക്കുന്നത് പലപ്പോ ഴും നിരപരാധികളായ വ്യക്തികളായിരിക്കും. പലരുടെയും ഭാവി നഷ്ട പ്പെടും. ഉന്നതമായ ഒരു ആദർശവും ലക്ഷ്യവുമുള്ള നാം, നമ്മുടെ യുവ ജന-വിദ്യാർഥി സംഘടനകൾക്ക് കർശനമായ ഒരു 'പെരുമാറ്റച്ചട്ടം' നിർ ബന്ധമാക്കേണ്ടത് ഒരു അത്യാവശ്യമല്ലേ? ഉയർന്ന സദാചാരനിഷ്ഠയു ള്ളവരെ മാത്രമേ നേതൃത്വനിരയിലേക്ക് വളർത്തിക്കൊണ്ടുവരാവൂ. ഇതു വഴി സാമൂഹ്യപ്രതിബദ്ധതയും അച്ചടക്കവുമുള്ള ഒരു യുവനിരയും സർ വോപരി ശക്തമായ ജനപിന്തുണയും നമുക്ക് നേടാനാകുമല്ലോ. നമ്മു ടെ സന്ദേശം കൂടുതൽ കാര്യക്ഷമമായി ജനങ്ങളെ ബോധ്യപ്പെടുത്താ നാകുമല്ലോ?

പോൾ ജോസഫ്
തായിക്കാട്ടുകര

'നമ്മുടെ യുവജന-വിദ്യാർഥി സംഘടനാ പ്രവർത്തകർ' മാത്ര മല്ല, മറ്റു സഖാക്കളും സമരങ്ങൾ നടത്തുന്നതിൽ പലപ്പോഴും പാളി പ്പോകാറുണ്ടെന്നതു നേരാണ്. അതു തിരുത്താൻ ബന്ധപ്പെട്ട സഖാക്കൾ ക്കു മാത്രമല്ല പാർട്ടിക്കാകെത്തന്നെ കടമയുണ്ടെന്നതും നേരാണ്.

ഈ അർഥത്തിൽ ചോദ്യകർത്താവിന്റെ നിലപാടിനോട് പൂർണമാ യി യോജിക്കുമ്പോൾത്തന്നെ, പരിഹാരമാർഗത്തെ സംബന്ധിച്ച് അദ്ദേഹം വയ്ക്കുന്ന നിർദേശത്തോട് യോജിക്കാൻ കഴിയാത്തതിൽ ഖേദമുണ്ട്.

നമ്മുടെ സഖാക്കളിൽ 'ഉയർന്ന സദാചാരനിഷ്ഠയുള്ളവരെ മാത്രമേ

നേതൃത്വനിരയിലേക്ക് വളർത്തിക്കൊണ്ടുവരാവു' എന്നു നിശ്ചയിച്ചാൽ പരിഹരിക്കപ്പെടുന്ന പ്രശ്നമല്ല ഇത്. സമരങ്ങൾ എപ്പോൾ, എങ്ങനെ നടത്തണമെന്നത് വർഗസമരത്തിന്റെ രൂപം സംബന്ധിച്ച പ്രശ്നമാണ്, 'ഉയർന്ന സദാചാരനിഷ്ഠ'യുടെ ധാർമിക പ്രശ്നമല്ല.

മാർക്സിസ്റ്റ്–ലെനിനിസ്റ്റുകാർ അഹിംസയുടെ ആരാധകരല്ല. അതേ യവസരത്തിൽ, വ്യക്തിഗതമായ ബലപ്രയോഗമാണ് വിപ്ലവസമരമെന്ന നിലപാടിനെയും അവർ തള്ളിക്കളയുന്നു. വ്യക്തിഗതമായ ബലപ്രയോ ഗത്തിന്റെ കാഴ്ചപ്പാടുള്ള സഖാക്കളുണ്ടെങ്കിൽ അവരെ അതിൽനിന്നു പിന്തിരിപ്പിക്കാൻ പാർട്ടിക്ക് ബാധ്യതയുണ്ട്. എന്തുകൊണ്ടെന്നാൽ, ആ കാഴ്ചപ്പാടനുസരിച്ചുള്ള 'സമരമാർഗങ്ങൾ' വിപ്ലവ ബഹുജനപ്രസ്ഥാന ത്തിന്റെ ദൗർബല്യത്തിലേ ചെന്നെത്തുകയുള്ളു.

ഈ കാഴ്ചപ്പാടോടെ ഇന്നു നടക്കുന്ന സമരമാർഗങ്ങളെ പുനരവ ലോകനത്തിനു വിധേയമാക്കണമെന്നാണ് ചോദ്യകർത്താവ് ഉദ്ദേശിക്കു ന്നതെങ്കിൽ അത് തികച്ചും ശരിയാണ്.

ചിന്ത വാരിക, 1996 ഡിസംബർ 27

16

വിദ്യാർഥി രാഷ്ട്രീയത്തെ ഭയക്കുന്നവർ

കേരളത്തിലെ വിദ്യാർഥി രാഷ്ട്രീയവും അതുമായി ബന്ധപ്പെട്ട തിരഞ്ഞെടുപ്പ്, പഠിപ്പുമുടക്കം തുടങ്ങിയ കാര്യങ്ങളുമെല്ലാം വിദ്യാ ഭ്യാസത്തെ ദോഷകരമായി ബാധിക്കുന്നു എന്ന വാദം ശക്തിയായി നി ലനിൽക്കുകയാണല്ലോ. പ്രത്യേകിച്ചും പാവപ്പെട്ട വിദ്യാർഥികളെയാണ് ഇത് രൂക്ഷമായി ബാധിക്കുന്നത് എന്നതാണ് ആ വാദത്തിന്റെ അടിസ്ഥാ നം. എന്നാൽ കേരളത്തിൽത്തന്നെ ഈ കാര്യങ്ങളൊന്നും ബാധകമാ കാത്ത വിദ്യാഭ്യാസസ്ഥാപനങ്ങളും നടന്നുവരുന്നുണ്ട്. ഇടതുപക്ഷനേ താക്കളടക്കം രാഷ്ട്രീയനേതാക്കളിൽ മിക്കവരും തങ്ങളുടെ മക്കളെ ഇത്തരം സ്കൂളുകളിൽ ചേർത്ത് പഠിപ്പിക്കാൻ തയാറാകുന്നത് ആദ്യ ത്തെ വാദക്കാരുടെ നിലപാട് ശരിയാണെന്ന് വരുത്തിത്തീർക്കുകയാണ ല്ലോ. യഥാർഥത്തിൽ രണ്ടുതരം വിദ്യാഭ്യാസരീതി എന്നതുകൊണ്ട് വി വക്ഷിക്കേണ്ടത് വിദ്യാർഥിരാഷ്ട്രീയം കടന്നുവരാത്ത വിദ്യാഭ്യാസവും, അത് കടന്നുവരുന്ന മേഖലയിലെ വിദ്യാഭ്യാസവുമെന്നാണോ?

രജീന്ദ്രൻ
മീഞ്ചന്ത

'വിദ്യാർഥി രാഷ്ട്രീയവും അതുമായി ബന്ധപ്പെട്ട തിരഞ്ഞെടുപ്പ്, പഠിപ്പുമുടക്കം തുടങ്ങിയ കാര്യങ്ങളു'മാണ് വിദ്യാഭ്യാസപരമായ നമ്മുടെ പിന്നോക്കാവസ്ഥയ്ക്ക് കാരണമെന്ന വാദം അടിസ്ഥാനരഹിതമാണ്.

വിദ്യാഭ്യാസ മേഖലയാകെ സ്വകാര്യ മാനേജ്മെന്റുകൾക്ക് തീരെ ഹുതിക്കൊടുക്കുന്ന ഗവൺമെന്റിന്റെ നയം, സാംസ്കാരിക പുരോഗതി യും തൊഴിൽ പരിശീലനവും കൂട്ടിയിണക്കി വിദ്യാർഥികളെയും വിദ്യാർ ഥിനികളെയും ഭാവി ജീവിതത്തിന് തയാറെടുപ്പിക്കുന്നതിനുപകരം അവരെ പുസ്തകപ്പുഴുക്കളാക്കുന്ന അധ്യാപനരീതി, കൂട്ടായി പ്രവർത്തി ച്ച് വ്യക്തിപരമായ കഴിവ് വർധിപ്പിക്കാനുതകുന്ന വിദ്യാർഥി സംഘടന

കളോടുള്ള ശത്രുതാമനോഭാവം മുതലായവയാണ് നമ്മുടെ വിദ്യാഭ്യാ
സ സമ്പ്രദായത്തെ വികലമാക്കിയിട്ടുള്ളത്.

ഈ ദോഷങ്ങളൊഴിവാക്കി വിദ്യാഭ്യാസമേഖലയെ നന്നാക്കിത്തീർ
ക്കുന്നതിനുപകരം വിദ്യാർഥികളുടെ സംഘടനാ സ്വാതന്ത്ര്യം എടുത്തു
കളയുകയാണ് 'മനോരമാദി' 'വിദ്യാഭ്യാസ വിചക്ഷണർ' നിർദേശിക്കുന്ന
മാർഗം. അതിനുവേണ്ടി അവർ സൃഷ്ടിച്ചുവച്ചിട്ടുള്ള പേരാണ് 'വിദ്യാർ
ഥി രാഷ്ട്രീയം'. 'വിദ്യാർഥി രാഷ്ട്രീയ'ത്തിന്റെ പേരിൽ അവർ ആക്രമി
ക്കുന്നത് മറ്റു ജനവിഭാഗങ്ങൾക്കെന്നപോലെ വിദ്യാർഥികൾക്കുമുള്ള സം
ഘടനാ സ്വാതന്ത്ര്യത്തെയാണ്.

സംഘടനാ സ്വാതന്ത്ര്യം പ്രയോഗത്തിൽ വരുത്തുമ്പോൾ ചില അ
നാശാസ്യ പ്രവണതകൾ ഏതു ജനവിഭാഗത്തിലും പ്രകടമാവും. അതു
പോലെ ചിലത് വിദ്യാർഥി സംഘടനകളിലും കണ്ടേക്കാം. അത് ഒഴി
വാക്കുന്നതിന് വിദ്യാർഥികളുടെകൂടി സഹകരണത്തോടെ പ്രായോഗിക
നടപടികളെടുക്കുന്നതിനുപകരം വിദ്യാർഥികൾ സംഘടിക്കുന്നതിനെ
ത്തന്നെ എതിർക്കുകയാണിവർ. വിദ്യാർഥികൾക്ക് സംഘടനാ സ്വാത
ന്ത്ര്യമില്ലാത്ത വിദ്യാലയങ്ങളാണ് അവരുടെ ആദർശം.

'വിദ്യാർഥി രാഷ്ട്രീയ'ത്തിനെതിരെ വാളോങ്ങുന്ന ഈ 'വിദ്യാഭ്യാ
സ വിചക്ഷണർ' വിദ്യാഭ്യാസരംഗത്തെ സ്വകാര്യകച്ചവടത്തെയും അതി
ന്റെ ഫലമായുണ്ടാകുന്ന കൊള്ളയെയും എതിർക്കുന്നില്ലെന്നത് അർഥ
ഗർഭമാണ്. അവരുടെ ലക്ഷ്യം വിദ്യാഭ്യാസകച്ചവടത്തിലൂടെ ലക്ഷങ്ങൾ
കൊയ്തെടുക്കാനുള്ള സ്വകാര്യ മാനേജ്മെന്റുകളുടെ കൊള്ളലാഭത്തെ
രക്ഷിക്കുകയും വിദ്യാർഥികളുടെ സംഘടനാ സ്വാതന്ത്ര്യത്തെ കവർന്നെ
ടുക്കുകയുമാണ്.

'രണ്ടുതരം വിദ്യാഭ്യാസ രീതി' ഇന്ന് നിലവിലുണ്ടെന്നതു നേരാ
ണ്. അത് അവസാനിപ്പിക്കാനുള്ള മാർഗം വിദ്യാലയങ്ങളിലെ തിരഞ്ഞെ
ടുപ്പുകളില്ലാതാക്കുകയും പഠിപ്പുമുടക്ക് നിരോധിക്കുകയുമല്ല; പണക്കാർ
ക്കു മാത്രം പ്രയോജനം ചെയ്യുന്ന ഒരു വിദ്യാഭ്യാസരീതി ഏർപ്പെടുത്താൻ
വിദ്യാഭ്യാസകച്ചവടക്കാരെ അനുവദിക്കാതിരിക്കലാണ്. ഈ വിദ്യാലയ
കച്ചവടക്കാരുടെ വക്താക്കളാണ് വിദ്യാർഥി രാഷ്ട്രീയത്തിനെതിരെ വാ
ളോങ്ങുന്ന 'വിദ്യാഭ്യാസ വിചക്ഷണർ.'

ചിന്ത വാരിക, 1996 നവംബർ 2008

17

വിദ്യാർഥിസമരത്തിലെ മുഖ്യപ്രശ്നം

ആയിരത്തി തൊള്ളായിരത്തി തൊണ്ണൂറ്റിമൂന്ന് ജൂലൈ 23 ന്റെ ചിന്തയിൽ 'വിദ്യാർഥി രാഷ്ട്രീയം അടിസ്ഥാനമെന്ത്?' എന്ന തല വാചകത്തിൽ സഖാവ് എഴുതിയ മറുപടിയാണ് ഇത് എഴുതാൻ പ്രേരി പ്പിച്ചത്. സഖാവിന്റെ അഭിപ്രായത്തെ അനുകൂലിക്കുന്ന ഒരു രക്ഷിതാ വാണ് ഞാൻ. വിദ്യാർഥി സമരങ്ങൾക്കിടയാക്കുന്ന പ്രശ്നങ്ങൾ ഭൂരിഭാ ഗവും സൃഷ്ടിക്കുന്നതിന് ഉത്തരവാദികൾ ഭരണാധികാരികളാണെന്നും അതിനെ ചെറുത്തു തോൽപ്പിക്കാൻ സമരമല്ലാതെ മാർഗമില്ലെന്നും എ ല്ലാവർക്കുമറിയാം. എന്നാൽ ഇന്നത്തെ സ്ഥിതിയിൽ ഭൂരിഭാഗം വിദ്യാർ ഥികളും ഈ സമരങ്ങളുടെ ഫലമായി അനുഭവിക്കുന്ന പ്രയാസങ്ങൾ സഖാവ് വേണ്ടത്ര മനസിലാക്കിയിട്ടുണ്ടോ എന്ന് സംശയിക്കുന്നു. നാ ട്ടിൽ വിദ്യാലയങ്ങൾ മാത്രമാണ് കുട്ടികൾക്ക് ഇന്ന് പരീക്ഷകളിൽ വിജ യിക്കുന്നതിനുള്ള ആശ്രയം. ട്യൂഷൻ ഏർപ്പെടുത്താൻ സൗകര്യമില്ലാ തെ ഭൂരിഭാഗം പാവപ്പെട്ടവരാണ് ഈ സമരങ്ങളുടെ ഫലമായി കഷ്ട പ്പെടുന്നത്. എസ്എസ്എൽസി പരീക്ഷയിൽ 500 ലധികം മാർക്ക് നേടി യവർക്കുപോലും കോളേജ് അഡ്മിഷൻ ഇന്നു കിട്ടുന്നില്ല. സ്കൂളുക ളിൽ ചിലയിടത്ത് സമരം ബാധിക്കുന്നില്ല. അവിടെ ക്ലാസ് ബുദ്ധിമുട്ടില്ലാ തെ നടക്കുന്നു. നമ്മുടെ സ്വാധീനമേഖലയിൽ ദിവസവും പഠിപ്പുമുടക്ക വും. ഈ വർഷം 30 അധ്യയന ദിവസങ്ങൾ കഴിഞ്ഞു. 15 ദിവസവും ക്ലാ സില്ല. എസ്എഫ്ഐ ഇതിൽ ഒമ്പത് ദിവസം മാത്രമാണ് സമരം നട ത്തിയതെങ്കിലും മറ്റു വിദ്യാർഥി സംഘടനകൾ—കെഎസ്യു, എംഎ സ്എഫ് അടക്കം ഊഴമിട്ട് പഠിപ്പുമുടക്കുന്നു. സ്കൂളിൽ പഠിച്ചുതീരേണ്ട പാഠങ്ങൾ പോലും ഇന്നും തീർന്നിട്ടില്ല. എവിടെയെങ്കിലും ഒരു രാഷ്ട്രീയ സംഘടനമുണ്ടായാൽ പിറ്റേദിവസം പഠിപ്പുമുടക്കുകയാണ്. എസ് എസ് എൽ സി വിദ്യാർഥികൾക്ക് സ്പെഷ്യൽ ക്ലാസ് നടത്താൻ അധ്യാപകർ സമ്മതിച്ചാൽ അതുപോലും അനുവദിക്കില്ല. ക്രിസ്ത്യൻ സ്കൂളുകളിൽ ഒരു ദിവസംപോലും അധ്യയനം മുടങ്ങുന്നില്ല.

എസ്എസ്എൽസി പരീക്ഷയിൽ ഈ രണ്ട് വിഭാഗം സ്കൂളുകളിൽ നിന്നും വരുന്ന വിദ്യാർഥികൾക്ക് ഒരേ ചോദ്യക്കടലാസാണല്ലോ കിട്ടുന്നത്? പഠിപ്പുമുടക്കില്ലാത്ത സ്കൂളുകളിൽ 80 ശതമാനം, 90 ശതമാനം കുട്ടികൾ ജയിക്കുമ്പോൾ ദിവസവും സമരം നടക്കുന്ന സ്കൂളുകളിൽ 10 ശതമാനം, 20 ശതമാനം വിജയം. എസ്എസ്എൽസി ജയിച്ചിട്ട് നാളെ എന്തു കിട്ടും എന്ന് ചോദിച്ചേക്കാം. എന്നാൽ ഒരുവിഭാഗത്തിനു മാത്രം വിജയം നിഷേധിക്കുന്ന ഒരു സമീപനത്തിന് നമ്മുടെ സംഘടന എന്തിന് കൂട്ടുനിൽക്കണം? നമ്മുടെ പാർട്ടിയുമായി ബന്ധമുള്ള നൂറുശതമാനം രക്ഷിതാക്കളുടെ വികാരമാണ് ഇതെന്ന് സഖാവ് പരിശോധിച്ചാൽ മനസിലാക്കാൻ കഴിയും. എസ് ഗുപ്തൻനായരെപ്പോലുള്ളവർക്ക് വിദ്യാർഥി രാഷ്ട്രീയത്തിനെതിരെ ചിന്തിപ്പിക്കാൻ കഴിയുന്നത് നമ്മുടെ വിദ്യാർഥി സംഘടന നടത്തുന്ന പഠിപ്പിക്കൽ തടയുന്ന സമരപരിപാടികളാണെന്ന് വ്യക്തമാണ്. സമരത്തിനെതിരെ രക്ഷിതാക്കളെ രംഗത്തിറക്കാൻ അവർക്ക് കഴിയുന്നതും ഇതുകൊണ്ടുതന്നെയാണ്.

ഈ അത്യന്തം ആപൽക്കരമായ സ്ഥിതിയിൽനിന്ന് വിദ്യാർഥികളെ രക്ഷപ്പെടുത്താനുള്ള സഹായമാണ് സഖാവിൽനിന്ന് ഞങ്ങൾ പ്രതീക്ഷിക്കുന്നത്.

എ ഗംഗാധരൻ
ഉള്ളേ്യരി

ചോദ്യകർത്താവ് ഉന്നയിക്കുന്നത് പ്രധാനമായ പ്രശ്നം തന്നെയാണ്. അനാവശ്യമോ അനവസരത്തിൽ ഉള്ളതോ ആയ സമരങ്ങൾകൊണ്ട് വിദ്യാർഥികളുടെ ജീവിതം ചിലപ്പോൾ തകർന്നുപോവുന്നുണ്ട്. അതിന്റെ ഗൗരവം മനസിലാക്കി വിദ്യാഭ്യാസം സമാധാനപരമായി നടത്താൻ വേണ്ട സംവിധാനങ്ങൾ ഉണ്ടാക്കേണ്ടത് ആവശ്യമാണ്.

പക്ഷേ, സമരത്തിലേർപ്പെടുന്ന വിദ്യാർഥികളുടെയോ അവർക്ക് നേതൃത്വം കൊടുക്കുന്ന സംഘടനകളുടെയോ ദുർബുദ്ധികൊണ്ടാണ് സമരങ്ങൾ ഉണ്ടാകുന്നതെന്ന വിലയിരുത്തൽ ശരിയല്ല. വിദ്യാർഥി സമരങ്ങൾക്ക് അടിസ്ഥാനപരമായ കാരണങ്ങളുണ്ട്. അവ ഇല്ലാതാക്കിയാൽ മാത്രമേ വിദ്യാർഥി സമരങ്ങൾ ഇല്ലാതാവുകയുള്ളൂ.

ഇതെഴുതുമ്പോൾ സംസ്ഥാന വ്യാപകമായ ഒരു സംയുക്ത വിദ്യാർഥി സമരം നടക്കുകയാണ്. അതിന് അടിസ്ഥാനമായി ഒരു ഡസനിലേറെ പ്രശ്നങ്ങൾ സംയുക്ത വിദ്യാർഥി സമരസമിതി ഉന്നയിച്ചിട്ടുണ്ട്.

എന്നാൽ അവയെ സംബന്ധിച്ച് സംയുക്ത വിദ്യാർഥി സമരസമിതിയുടെ നേതാക്കളുമായി കൂടിയാലോചിച്ച് യോജിപ്പിലെത്തി സമരം നിർത്തിവയ്പ്പിക്കുന്നതിന് യാതൊരു ശ്രമവും ഗവൺമെന്റിന്റെ ഭാഗത്ത് നടന്നിട്ടില്ല. അത് ഗവൺമെന്റിനെക്കൊണ്ട് നടത്തിക്കുന്നതിന് പ്രതിപക്ഷ രാഷ്ട്രീയപ്പാർട്ടികൾക്കും കഴിഞ്ഞിട്ടില്ല. ഈ സാഹചര്യത്തിൽ ചോദ്യകർത്താവും ഞാനും ഇഷ്ടപ്പെട്ടാലും ഇല്ലെങ്കിലും സമരങ്ങൾ നടക്കും.

വിദ്യാർഥി പ്രശ്നങ്ങളോട് ഗവൺമെന്റ് എടുക്കുന്ന സമീപനത്തിൽ മാറ്റം വരുത്തിക്കാൻ ശ്രമിക്കുന്നതോടൊപ്പം വിദ്യാർഥി സമരക്കാരുടെ ഭാഗത്തും സഹകരണ സന്നദ്ധത സൃഷ്ടിച്ചെടുക്കാനാണ് നാമെല്ലാം ശ്രമിക്കേണ്ടത്.

18

വിദ്യാർഥികൾക്കും സംഘടനാ സ്വാതന്ത്ര്യമുണ്ട്

കലാലയ രാഷ്ട്രീയം എന്ന വിഷയത്തെക്കുറിച്ച് താങ്കളുടെ പ്രതി കരണം പത്രത്തിലൂടെ അറിയാൻ കഴിഞ്ഞു. കലാലയ രാഷ്ട്രീയം ഉപേ ക്ഷിക്കാൻ എസ്എഫ്ഐ ഒഴിച്ച് ബാക്കിയെല്ലാ സംഘടനകളും സമ്മ തിച്ച ഈ കാലഘട്ടത്തിൽ ഇത്തരം ഒരു മാർഗത്തിലേക്ക് അങ്ങയുടെ ശ്രദ്ധ തിരിയാതിരിക്കാനുള്ള കാരണമെന്താണ്?

എം ഉണ്ണിക്കൃഷ്ണൻ
കുറ്റിവയൽ

'കലാലയ രാഷ്ട്രീയം ഉപേക്ഷിക്കാൻ എസ് എഫ് ഐ ഒഴിച്ച് ബാക്കി എല്ലാ സംഘടനകളും സമ്മതിച്ചു' എന്ന ചോദ്യകർത്താവിന്റെ പ്രസ്താ വന സത്യവിരുദ്ധമാണ്. നേരെമറിച്ചാണ് സ്ഥിതി.

കെഎസ്യു അടക്കം ഒരു വിദ്യാർഥി സംഘടനയും കലാലയങ്ങൾ ക്കൈത്ത് താന്താങ്ങളുടെ സംഘടനകൾ പ്രവർത്തിക്കുന്നത് മതിയാക്കാ മെന്ന് സമ്മതിച്ചിട്ടില്ല. ഒരു രാഷ്ട്രീയപാർട്ടിയിലും ഇല്ലാത്ത—എല്ലാ രാഷ്ട്രീയപാർട്ടികളെയും ഒരുപോലെ വീക്ഷിക്കുന്ന—ഏതാനും 'ശുദ്ധ ത്മാക്കൾ' മാത്രമാണ് കലാലയ രാഷ്ട്രീയത്തിനെതിരെ പ്രചാരവേല നടത്തുന്നത്.

വിദ്യാർഥികളടക്കം ഓരോ ജനവിഭാഗത്തിനും അതാതിന്റെ സം ഘടനകൾ രൂപപ്പെടുത്താനുള്ള സ്വാതന്ത്ര്യം ഭരണഘടനാദത്തമാണ്. പാർലമെന്റിലേക്കും നിയമസഭകളിലേക്കും മറ്റും വോട്ടു ചെയ്യാൻ അവ കാശമുള്ള വിദ്യാർഥികൾക്കു മാത്രമല്ല, വോട്ടവകാശം കിട്ടാൻ പ്രായമാ യിട്ടില്ലാത്തവർക്കുകൂടി സ്വന്തം സംഘടനയുണ്ടാക്കാൻ ഭരണഘടന അവ കാശം നൽകുന്നു. ഇതിന്റെ ഒരു തെളിവാണ് കോളേജുകളിലും സ്കൂ ളുകളിലും തിരഞ്ഞെടുക്കപ്പെടുന്ന വിദ്യാർഥി സംഘടനകൾ ഉണ്ടാക്കി

യിട്ടുള്ളത്. ഈ ഏർപ്പാട് അവസാനിപ്പിച്ച് വിദ്യാർഥികളുടെ സംഘടനാ സ്വാതന്ത്ര്യം എടുത്തുകളയണമെന്നാണ് 'കലാലയ രാഷ്ട്രീയ'ത്തിനെ തിരെ പ്രചാരവേല നടത്തുന്നവർ നിർദേശിക്കുന്നത്.

ഇതിനു പറയുന്ന കാരണമാണ് രസാവഹം. തിരഞ്ഞെടുപ്പെന്ന ഏർ പ്പാട് ഉണ്ടാകുമ്പോൾ മത്സരം വരുന്നു. അത് അക്രമത്തിലേക്ക് നീങ്ങു ന്നു എന്നാണ് പറയുന്നത്. ഇത് കോളേജുകൾക്കും സ്കൂളുകൾക്കും മാത്രമല്ല ബാധകമെന്ന് ചോദ്യകർത്താവിന് അറിയാമല്ലോ. പാർലമെന്റി ലേക്കും നിയമസഭകളിലേക്കുമുള്ള തിരഞ്ഞെടുപ്പുകളിലും അക്രമങ്ങൾ ഉണ്ടാകാറുണ്ട്. സ്ഥാനാർഥികൾപോലും കൊല ചെയ്യപ്പെടാറുണ്ട്. ഈ പ്രവണത നാൾചെല്ലുന്തോറും വർധിക്കുകയാണുതാനും. എന്നാൽ, പാർ ലമെന്റിലേക്കും നിയമസഭകളിലേക്കും തിരഞ്ഞെടുപ്പുകൾ വേണ്ടെന്നു പറയാൻ കലാലയരാഷ്ട്രീയത്തിന്റെ എതിരാളികൾപോലും തയാറായി ട്ടില്ല.

അക്രമങ്ങൾ നടക്കുന്നതിന്റെ പേരിൽ കലാലയരാഷ്ട്രീയം അവ സാനിപ്പിക്കണമെന്ന് പറയുന്നവർ ക്രമേണ പാർലമെന്റിലേക്കും നിയമ സഭയിലേക്കുമുള്ള തിരഞ്ഞെടുപ്പുകൾക്കുടി ഇല്ലാതാക്കണമെന്ന് വാദി ച്ചേക്കും. അങ്ങനെ പാർലമെന്ററി ജനാധിപത്യത്തിനുപകരം ഫാസിസ്റ്റ് ഭരണവ്യവസ്ഥ നിലവിൽവരുത്താൻ ശ്രമിക്കുന്നതിന്റെ തുടക്കമാണ് 'ക ലാലയ രാഷ്ട്രീയ'ത്തോടുള്ള എതിർപ്പ്.

മറ്റു തിരഞ്ഞെടുപ്പുകളിലോ കോളേജ്–സ്കൂൾ തിരഞ്ഞെടുപ്പുകളി ലോ അക്രമം നടക്കുന്നില്ലെന്നല്ല ഇവിടെ വിവക്ഷ. അത് ഒഴിവാക്കാൻ സഹായകരമായ സമീപനം അംഗീകരിക്കുകയും വേണം.

അതിൽ വിവിധ വിദ്യാർഥി സംഘടനകളെ നയിക്കുന്ന രാഷ്ട്രീയ പാർട്ടികൾക്ക് പ്രത്യേക ചുമതലയുണ്ടുതാനും. ഒരുകാര്യം കൂടി പറ ഞ്ഞാലേ ചിത്രം പൂർത്തിയാവുകയുള്ളൂ. അക്രമപ്രവർത്തനങ്ങളിലേക്ക് ചെന്നെത്തുന്ന 'കലാലയ രാഷ്ട്രീയം' കേരളത്തിൽ ആദ്യമായി അര ങ്ങേറിയത് 1959 ലെ പ്രസിദ്ധമായ 'വിമോചനസമര'ത്തോടുകൂടിയാണ്. അതിന് സർവവിധ സഹായങ്ങളും നൽകിയ അതേ ബഹുജന ജിഹ്വ കളാണ് ഇപ്പോൾ 'കലാലയ രാഷ്ട്രീയ'ത്തോടുള്ള എതിർപ്പിന്റെ മറ വിൽ വിദ്യാർഥികളുടെ സംഘടനാ സ്വാതന്ത്ര്യം അപഹരിച്ചെടുക്കാൻ നോക്കുന്നത്.

ചിന്ത വാരിക, 1992 ഒക്ടോബർ 16

19

വിദ്യാർഥി-യുവജന വിഭാഗങ്ങൾ ബംഗാളിലും കേരളത്തിലും

ബംഗാളിലെന്നപോലെ കേരളത്തിൽ വിദ്യാർഥി-യുവജന വിഭാ ഗങ്ങളെ ആസ്പദമാക്കിക്കൊണ്ടുള്ള ഒരർധഫാസിസ്റ്റ് ഭീകരാന്തരീക്ഷം സൃഷ്ടിക്കാൻ വിഷമമുണ്ടെന്ന് പത്രപ്രതിനിധികളുടെ ചോദ്യങ്ങൾക്കുള്ള മറുപടിയായി ഒരിക്കൽ അങ്ങ് പറഞ്ഞിരുന്നു. പിന്നീട് ചിന്ത വാരികയിൽ ഒരു ചോദ്യത്തിനു മറുപടിയായി തൊഴിലാളികളിലും വിദ്യാർഥി-യുവജന വിഭാഗങ്ങളിലും കേരളത്തെ അപേക്ഷിച്ച് കൂടുതൽ സ്വാധീനം ബംഗാ ളിൽ പാർട്ടിക്കുണ്ടെന്ന് അങ്ങ് പറയുകയുണ്ടായി. ഇതു രണ്ടും പരസ്പര വിരുദ്ധമല്ലേ?

ടി എൻ അന്തോണി
കൊച്ചി

ബംഗാളിനെ അപേക്ഷിച്ച് കേരളത്തിൽ പാർട്ടിക്ക് കൂടുതൽ ജന സ്വാധീനമുണ്ട്; അതുകൊണ്ട് ഇവിടെ അർധ ഫാസിസ്റ്റ് ഭീകരത സം ഘടിപ്പിക്കാൻ കഴിയുകയില്ല എന്നായിരുന്നില്ല ഞാൻ പറഞ്ഞത്. അർധഫാസിസ്റ്റ്ഭീകരത സംഘടിപ്പിക്കാൻ വിഷമമുണ്ടാക്കുന്ന ഒരു പ്ര ത്യേക സാഹചര്യം കേരളത്തിലുണ്ടെന്നും അത് ബംഗാളിൽ ഇല്ലെന്നു മാണ് സൂചിപ്പിച്ചത്.

ഒരുവശത്ത് കോൺഗ്രസ്, മറുവശത്ത് കമ്യൂണിസ്റ്റ് (മാർക്സിസ്റ്റ്) പാർട്ടി, മറ്റെല്ലാ പാർട്ടികളും ഇതിലേതെങ്കിലും ഒന്നിന്റെ ചേരിയിൽ—ഇ താണ് ബംഗാളിലെ കക്ഷിബന്ധങ്ങളുടെ നില. അതുകൊണ്ട് പ്രതിപക്ഷ പാർട്ടികൾക്കും ബഹുജനസംഘടനകൾക്കും എതിരായ ഏത് ആക്രമ ണത്തെയും കമ്യൂണിസ്റ്റ് (മാർക്സിസ്റ്റ്) പാർട്ടിക്കും അതിന്റെ സഖ്യകക്ഷി കൾക്കും മാത്രം എതിരായ ഒരാക്രമണമായി ചിത്രീകരിക്കാൻ കോൺ ഗ്രസിന് കഴിഞ്ഞിരുന്നു. അതുപയോഗിച്ച് പാർട്ടിയെയും ബഹുജനപ്രസ്ഥാ നത്തെയും തകർക്കാനാണ് ഛാത്ര പരിഷത്ത്-യുവ കോൺഗ്രസ് ആക്ര മണം സംഘടിപ്പിച്ചത്.

1959–60 ലും 1969–70 ലും ഏതാനും മാസങ്ങളോളം കേരളത്തിലും ഇതുതന്നെയായിരുന്നു സ്ഥിതി. പക്ഷേ, ഇന്നതല്ല. കമ്യൂണിസ്റ്റ് (മാർ ക്സിസ്റ്റ്) പാർട്ടിയുടേതല്ലാത്ത ഒരു പ്രതിപക്ഷം ഇന്നിവിടെയുണ്ട്.

അഖില കേരള വ്യാപ്തിയില്ലെങ്കിലും കേരളത്തിൽ ചില ഭാഗങ്ങ ളിൽ ഭരണ കോൺഗ്രസിന്റേതിനെക്കാൾ ജനസ്വാധീനമുള്ള ഒരു പാർ ട്ടി (കേരളാ കോൺഗ്രസ്) അക്കൂട്ടത്തിൽപ്പെടും. കേരളത്തിന്റെ മറ്റൊരു ഭാഗത്ത് ഇതേപോലെ ജനസ്വാധീനമുള്ള മറ്റൊരു പാർട്ടി (മുസ്ലീം ലീ ഗ്) ഇപ്പോൾ ആ വഴിക്കുതന്നെയാണ് നീങ്ങുന്നത്. അസംതൃപ്ത ബൂർ ഷ്വാ വിഭാഗങ്ങളെ ഉൾക്കൊള്ളുന്ന മറ്റു ചില ചെറിയ പാർട്ടികളും ഗ്രൂപ്പു കളും നിലവിലുണ്ടുതാനും.

ഈ സ്ഥിതിക്ക് ബംഗാളിലെന്നപോലെ, പ്രതിപക്ഷ പാർട്ടികൾക്കും ബഹുജനപ്രസ്ഥാനങ്ങൾക്കും എതിരായ ആക്രമണത്തിന് വെറുമൊരു മാർക്സിസ്റ്റ് വിരുദ്ധ ആക്രമണത്തിന്റെ ഛായ നൽകാൻ ഇവിടെ സാ ധ്യമല്ല. ഭരണകക്ഷിക്കും അതിന്റെ മേധാവിത്വ ശ്രമങ്ങൾക്കുമെതിരായി ഒരു ബൂർഷ്വാ ചെറുത്തുനിൽപ്പ് പ്രസ്ഥാനം രൂപംകൊള്ളുന്ന സാഹച ര്യത്തിലാണ് ഇവിടെ മാർക്സിസ്റ്റ് വിരുദ്ധ ആക്രമണങ്ങൾ സംഘടിപ്പി ക്കേണ്ടതെന്നർഥം.

അതുകൊണ്ടാണ് ബംഗാളിലെന്നപോലെ എളുപ്പത്തിൽ ഇവിടെ അതു സംഘടിപ്പിക്കാൻ കഴിയുകയില്ലെന്ന് ഞാൻ പറഞ്ഞത്.

ജനസ്വാധീനത്തിന്റെ കാര്യം പറയുകയാണെങ്കിൽ, കൽക്കത്താ നഗ രത്തിലും പരിസരങ്ങളിലുമുള്ള തൊഴിലാളികൾ, വിദ്യാർഥികൾ, യുവ ജനങ്ങൾ എന്നീ വിഭാഗങ്ങളുടെ ഇടയിൽ പാർട്ടിക്കുള്ള സ്വാധീനം കേ രളത്തിലെ തത്തുല്യവിഭാഗങ്ങളിലുള്ളതിനെക്കാൾ കൂടുതലാണെന്നു ള്ളത് ഒരു സത്യമാണ്. കൃഷിക്കാരിലും കാർഷികത്തൊഴിലാളികളിലു മാണ് കേരളത്തിൽ ബംഗാളിനെക്കാൾ കൂടുതൽ ജനസ്വാധീനം പാർട്ടി ക്കുള്ളത്.

രണ്ടിടത്തുമുള്ള ദൗർബല്യങ്ങൾ പരിഹരിച്ച് സംസ്ഥാന വ്യാപക മായി പാർട്ടിയെ വളർത്തി ശക്തിപ്പെടുത്താനുള്ള ശ്രമങ്ങൾ വിജയപൂർ വം നടന്നുവരുന്നുമുണ്ട്. ഈ സ്ഥിതിക്ക് രണ്ടിടത്തും പ്രസ്ഥാനത്തെ തകർക്കാൻ അർധ ഫാസിസ്റ്റ് ആക്രമണങ്ങൾ സംഘടിപ്പിക്കാൻ ഭരണ വർഗം തയാറാകുമെന്നതിന് യാതൊരു സംശയവുമില്ല.

ഇതിന് കേരളത്തിൽ ഇന്നുള്ളസാഹചര്യം തികച്ചും സഹായകരമ ല്ലെന്ന് മുകളിൽ സൂചിപ്പിച്ചുവല്ലോ. പക്ഷേ, ഇവിടെ ഇന്നുള്ള സാഹ ചര്യം സ്ഥിരമായി നിലനിൽക്കണമെന്നില്ല. സാഹചര്യം മാറുമ്പോൾ സ്ഥി തിഗതികളും മാറുമെന്ന് വ്യക്തമാണ് (ബംഗാളിലും പഴയ സാഹചര്യം മാറാൻ തുടങ്ങിയിട്ടുണ്ട്).

ഈ മാറ്റങ്ങളെല്ലാം സൂക്ഷ്മമായി വീക്ഷിച്ച് പ്രസ്ഥാനത്തിന്റെ രക്ഷ യ്ക്കും വളർച്ചയ്ക്കും ഏറ്റവുമധികം സഹായകരമായ സാഹചര്യം സൃ ഷ്ടിക്കലാണ് വിപ്ലവ നേതൃത്വത്തിന്റെ കടമ.

ചിന്ത വാരിക, 1973 ജനുവരി 5

20

യുവജനപ്രസ്ഥാനത്തിന്റെ കടമകൾ

കഴിഞ്ഞ ആറു പതിറ്റാണ്ടോളംകാലം ആഗോളതലത്തിലും ഇന്ത്യ യിലും നടന്ന പ്രധാന രാഷ്ട്രീയ സംഭവവികാസങ്ങളും അതിൽ ഇന്ത്യൻ കമ്യൂണിസ്റ്റുകാർ വഹിച്ച പങ്കുമാണല്ലോ ഇതേവരെ വിവരിച്ചത്. ഇതിന്റെ അടിസ്ഥാനത്തിൽ കേരളത്തിലെ യുവജനങ്ങൾക്കുള്ള പ്രധാന കടമ കൾ എന്തൊക്കെയായിരിക്കണമെന്ന് ചുരുക്കി വിവരിച്ചുകൊണ്ട് ഈ ലഘുലേഖ അവസാനിപ്പിക്കാം.

ഒന്ന്: *മറ്റെല്ലാ ജനവിഭാഗങ്ങളുടെയുമെന്നപോലെ യുവജനങ്ങളു ടെയും പ്രാഥമിക കടമ താന്താങ്ങൾ നിത്യജീവിതത്തിൽ നേരിടുന്ന വിവിധ പ്രശ്നങ്ങൾക്ക് പരിഹാരം കാണാൻ സ്വന്തം സംഘടന കെട്ടിപ്പ ടുക്കുക തന്നെയാണ്.* എന്നാൽ ഇവിടെ ഒരു കാര്യം ഊന്നിപ്പറയേണ്ടതുണ്ട്: യുവജനങ്ങളുടേതടക്കം ഒരു ബഹുജനസംഘടനയും ഏതെങ്കിലും ഒരു രാഷ്ട്രീയ പാർട്ടിയുടെ 'പോഷകസംഘടന'യായിക്കൂടാ. സ്വന്തം വർഗ ത്തിലോ ജനവിഭാഗത്തിലോപെട്ടവരും വിവിധ രാഷ്ട്രീയപാർട്ടികളോട് കൂറുള്ളവരും ഒന്നിനോടും കൂറില്ലാത്തവരുമായ ബഹുജനങ്ങൾ തികച്ചും തുല്യമായ ജനാധിപത്യാവകാശങ്ങൾ ഉപയോഗിച്ചുകൊണ്ട് ഓരോ ബഹുജനസംഘടനയിലും പ്രവർത്തിക്കണം. അപ്പോൾ ജനാധിപത്യ യുവജനസംഘടനയിൽ കോൺഗ്രസ് (ഇ)കാർക്കും കോൺഗ്രസ് (എ സ്)കാർക്കും, ജനതാദളാദി പ്രതിപക്ഷക്ഷികാർക്കും കമ്യൂണിസ്റ്റു കാർക്കും വിവിധ ജാതി–മത സംഘടനകളിൽപ്പെട്ടവർക്കുമെന്നപോലെ സ്വതന്ത്രവ്യക്തികൾക്കും അംഗങ്ങളാവാനും നേതൃത്വത്തിലേക്കുയരാനും കഴിയുന്ന സ്ഥിതിയുളവാകണം.

അത് ഇന്നത്തെ നിലയിൽ പ്രായോഗികമല്ലെന്നത് ശരിയാണ്. വിവിധ രാഷ്ട്രീയപാർട്ടികളോട് കൂറുള്ള വിഭാഗങ്ങൾ ചേർന്നതാണ് ജനാ

ധിപത്യ യുവജനസംഘടനയടക്കം എല്ലാ ബഹുജനസംഘടനകളും. ആ
സ്ഥിതി മാറ്റി ഓരോ വർഗത്തിനും ജനവിഭാഗത്തിനും അതതിന്റേതായ
ഏകീകൃത ബഹുജനസംഘടന രൂപപ്പെടുത്തുകയെന്ന അന്തിമലക്ഷ്യ
ത്തോടെ ഇന്ന് യഥാർഥത്തിൽ നിലനിൽക്കുന്ന വിവിധ സംഘടനകൾ
യോജിച്ച് പ്രവർത്തിക്കാൻ തുടങ്ങണം. ഈ യോജിച്ച പ്രവർത്തനത്തി
ലൂടെ പടിപടിയായി ജാതി-മത-കക്ഷിഭേദങ്ങൾതീതമായ ഒരു യുവജ
നപ്രസ്ഥാനവും സംഘടനയും കെട്ടിപ്പടുക്കുന്നതിനുവേണ്ട മുൻകൈ
ജനാധിപത്യ യുവജനസംഘടന എടുക്കണം.

രണ്ട്: *ഈ യോജിച്ച പ്രവർത്തനത്തിനടിസ്ഥാനമായി യുവജനങ്ങളെ
നേരിടുന്ന ഒട്ടേറെ താൽക്കാലിക പ്രശ്നങ്ങൾക്ക് പരിഹാരം കാണാൻ
ശ്രമിക്കണം.* അവയ്ക്കെല്ലാമുള്ള അന്തിമമായ പരിഹാരം സോഷ്യലിസ്റ്റ്
സാമൂഹ്യവ്യവസ്ഥയാണ്. പക്ഷേ, അതിൽ യുവജനങ്ങളെ ചെന്നെത്തി
ക്കുന്നതിന് ഇന്നത്തെ താൽക്കാലിക പ്രശ്നങ്ങൾ ഏറ്റെടുത്ത് പ്രക്ഷോ
ഭങ്ങളും സമരങ്ങളും നടത്തണം; അവയ്ക്കുള്ള അടിസ്ഥാനമായി ബന്ധ
പ്പെട്ട പ്രശ്നങ്ങളെ ആസ്പദമാക്കിക്കൊണ്ടുള്ള അടിയന്തരാവശ്യങ്ങൾ
ഉന്നയിച്ച് പരിഹാരം കാണാൻ ശ്രമിക്കണം. ഇതിനുവേണ്ട പ്രവർത്തനം
ജനാധിപത്യ യുവജനസംഘടന സ്വതന്ത്രമായി നടത്തുന്നതോടൊപ്പം,
മറ്റ് യുവജനസംഘടനകളുമായി ചേർന്ന് നടത്തണം. യോജിച്ച പ്രവർത്ത
നത്തിന്റെ പേരിൽ സ്വതന്ത്ര പ്രവർത്തനത്തെയോ സ്വതന്ത്ര പ്രവർത്ത
നത്തിന്റെ പേരിൽ യോജിച്ച പ്രവർത്തനത്തെയോ നിരുത്സാഹപ്പെടുത്ത
രുതെന്നർഥം.

മൂന്ന്: *അടിയന്തരാവശ്യങ്ങളുടെ കാഴ്ചപ്പാടുവച്ച് നോക്കിയാലും
അന്തിമലക്ഷ്യം പരിഗണിച്ചാലും യുവജനങ്ങൾ ഉന്നയിക്കേണ്ട ഒരു
പ്രധാന പ്രശ്നമാണ് തൊഴിൽ.* ഏതെങ്കിലും തൊഴിലെടുത്ത്
ജീവിക്കാൻവേണ്ട പ്രായമെത്തിയവർക്കെല്ലാം തൊഴിൽ കിട്ടാൻ സഹാ
യിക്കുന്ന ഒരു സംവിധാനമുണ്ടാകുന്നത് യുവജനങ്ങളുടെ താൽക്കാലി
കവും അന്തിമവുമായ ആവശ്യമാണ്. അത് നേടിയെടുക്കുന്നതിൽ ജാതി-
മത-കക്ഷിഭേദങ്ങൾക്കതീതമായി യുവതീയുവാക്കളെയെല്ലാം ഏകോ
പിപ്പിക്കാനാണ് ജനാധിപത്യ യുവജനസംഘടന ശ്രമിക്കേണ്ടത്.

നാല്: *ഇതുമായി തികച്ചും ബന്ധപ്പെട്ട ഒരു പ്രശ്നമാണ് ഇന്നത്തെ
വിദ്യാഭ്യാസരീതി.* പ്രൈമറി ക്ലാസുകൾതൊട്ട് കോളെജും സർവകലാ
ശാലയുംവരെ എല്ലാ നിലവാരത്തിലും ഇന്ന് നടക്കുന്ന അധ്യാപനം
വിദ്യാർഥികളെ വെള്ളക്കോളർ ജോലിക്ക്-ഗവൺമെന്റ് ജോലിക്ക് വിശേ
ഷിച്ചും-തയാറാക്കുക എന്നതാണ്. 'വെള്ളക്കോളർ' ജോലികളാകട്ടെ,
മൊത്തം ജോലി ഒഴിവുകളിൽ ഒരു ചെറിയ ശതമാനമേ വരികയുള്ളൂ
താനും. അതുകൊണ്ട് സ്കൂളുകളിൽനിന്നും കോളെജുകളിൽനിന്നും
സർവകലാശാലകളിൽനിന്നും പുറത്തുവരുന്നത് 'അഭ്യസ്തവിദ്യരായ
തൊഴിലില്ലാത്ത'വരാണ്. അവർക്കാർക്കും സ്വന്തമായി കൃഷിചെയ്യാനോ
വ്യവസായ-വ്യാപാരാദി ജോലികളിൽ സ്വയം ഏർപ്പെടാനോ ഉള്ള പരി

ശീലനമല്ല സ്കൂളുകളിൽനിന്നും കോളെജുകളിൽനിന്നും സർവകലാ ശാലകളിൽനിന്നും കിട്ടുന്നത്.

ഈ ദോഷം ഇല്ലാതാക്കുന്നതിനുവേണ്ടിയാണ് മഹാത്മാഗാന്ധി യുടെ നേതൃത്വത്തിൽ വർധാവിദ്യാഭ്യാസപദ്ധതി ആവിഷ്കരിച്ചത്. പക്ഷേ, അതിന് ഉദ്ദേശിച്ച ഫലമുണ്ടായില്ല. പൊതുവിൽ 'വെള്ളക്കോ ളർ' ജോലി, ഗവൺമെന്റ് ജോലി വിശേഷിച്ചും, കിട്ടാൻ സഹായിക്കുന്ന വിദ്യാഭ്യാസത്തിനുപകരം കൃഷിപ്പണിയിലും വ്യാപാര-വ്യവസായാദി സംരംഭങ്ങളിലും ഏർപ്പെടാൻ വേണ്ട കഴിവുണ്ടാക്കുന്ന സ്ഥാപനങ്ങളായി സ്കൂളുകളെയും കോളെജുകളെയും സർവകലാശാലകളെയും മാറ്റണം. അത് സംബന്ധിച്ച ചില നിർദേശങ്ങളും വിദ്യാഭ്യാസ വിചക്ഷണൻമാ രിൽ നിന്നുതന്നെ വന്നുകൊണ്ടിരിക്കുന്നുണ്ട്. അവയൊക്കെ പരിശോ ധിച്ചും നല്ല പദ്ധതികൾ സ്വയം ആവിഷ്കരിച്ചും ഇന്നത്തെ വിദ്യാഭ്യാസ രീതി പരിഷ്കരിക്കാനുള്ള ശ്രമത്തിൽ അധ്യാപകരും മറ്റ് പൊതുകാര്യ പ്രസക്തരുമായി സഹകരിക്കാൻ യുവജനസംഘടനകൾ ശ്രമിക്കണം.

അഞ്ച്: തൊഴിലില്ലായ്മ പരിഹരിക്കുന്നതിനുള്ള മാർഗങ്ങളിൽ ഏറ്റവും പ്രധാനമായത് സാമ്പത്തികാസൂത്രണത്തിന്റെ അലകും പിടിയും മാറ്റലാണ്. വിലക്കയറ്റം മുതലായ മറ്റ് ജീവൽ പ്രശ്നങ്ങളോടൊപ്പം തൊഴി ലില്ലായ്മയും അനുദിനം വർധിക്കുന്നരീതിയിലാണ് കഴിഞ്ഞ നാല് പതി റ്റാണ്ടിലേറെക്കാലമായി ഇന്ത്യയിൽ ആസൂത്രണം നടന്നുവരുന്നത്. ഈ ആസൂത്രണരീതി അടിമുടി മാറ്റണമെന്ന് ഇടതുപക്ഷപാർട്ടികളും തൊഴി ലാളി-കർഷകാദി ബഹുജനങ്ങളുടെ സംഘടനകളും നിരന്തരം ആവ ശ്യപ്പെട്ടിട്ടുണ്ട്. നരസിംഹറാവു ഗവൺമെന്റിന്റെ ദേശദ്രോഹപരവും ജന ദ്രോഹപരവുമായ സാമ്പത്തികനയങ്ങൾക്ക് ബദലായി ജനക്ഷേമകര മായ ആസൂത്രണം സംബന്ധിച്ച നിർദേശങ്ങൾ ഇടതുപക്ഷപ്രസ്ഥാന ത്തിന് വെളിയിൽ തന്നെയുള്ള അർഥശാസ്ത്രകാരൻമാരും പൊതുകാ ര്യപ്രസക്തരും ഉന്നയിച്ചുകൊണ്ടിരിക്കുന്നുണ്ട്. ഇക്കാര്യത്തിൽ പ്രതിപ ക്ഷത്തുള്ള ഇടതുപക്ഷ പാർട്ടികൾ, ഒരു പാർട്ടിയിലുംപെടാത്ത പുരോ ഗമനചിന്താഗതിക്കാർ എന്നിവർ ഒരുവശത്തും നരസിംഹറാവു പ്രഭൃതി കൾ മറുവശത്തുമായി ഉഗ്രമായ ഒരു പോരാട്ടം നടക്കുകയാണ്. അതിൽ സജീവം പങ്കെടുത്ത് പുരോഗമന ചേരിയെ ശക്തിപ്പെടുത്താൻ യുവജ നസംഘടനകൾക്ക് കടമയുണ്ട്.

ആറ്: എന്നാൽ, ആസൂത്രണം സംബന്ധിച്ച ബദൽ നിർദേശങ്ങൾ ഉന്നയിക്കുന്നതിൽ സജീവമായി പങ്കെടുക്കുന്നതുകൊണ്ട് മാത്രം യുവ ജനങ്ങൾ തൃപ്തിപ്പെട്ടുകൂടാ. പശ്ചിമബംഗാളിലെ ഇടതുപക്ഷ മുന്ന ണിയും അതിന്റെ ഗവൺമെന്റും കേന്ദ്രഗവൺമെന്റിന്റെ തെറ്റായ നയ സമീപനങ്ങളുടെ ചട്ടക്കൂട്ടിനകത്ത് നിൽക്കാൻ നിർബന്ധിക്കപ്പെടു മ്പോൾതന്നെ, സംസ്ഥാനതലത്തിൽ പ്രായോഗികമായി ചെയ്യാൻ കഴി യുന്ന പലതും ചെയ്തിട്ടുണ്ട്. അവ എന്തെന്ന് വിശദീകരിക്കുന്ന ഏതാനും പ്രസംഗങ്ങൾ ഉൾക്കൊള്ളിച്ചുകൊണ്ടുള്ള ജ്യോതിബസുവിന്റെ ഒരു

പുസ്തകം മലയാളത്തിൽതന്നെ പ്രസിദ്ധീകരിച്ചിട്ടുണ്ട്. തികച്ചും പ്രതി കൂലമായ അഖിലേന്ത്യാ നയസമീപനങ്ങളുടെ സാഹചര്യത്തിൽപ്പോലും, കാർഷികോൽപ്പാദനം, വ്യാവസായികോൽപ്പന്നങ്ങൾ വിറ്റഴിക്കപ്പെടാൻ വേണ്ട ആഭ്യന്തരകമ്പോളത്തിന്റെ വികസനം, അതിന്റെ അടിസ്ഥാന ത്തിൽ ചെറുകിടയിലും ഗ്രാമീണതലത്തിലുമുള്ള വ്യവസായങ്ങളുടെ വളർച്ച, ഇവയെയെല്ലാം തുടർന്ന് തൊഴിൽ സൗകര്യങ്ങളുടെ കാര്യ ത്തിൽ ഉണ്ടാവുന്ന അഭിവൃദ്ധി–ഇതെല്ലാം പശ്ചിമബംഗാളിൽ വന്നിട്ടു ണ്ടെന്ന് എതിർപക്ഷക്കാരായ രാഷ്ട്രീയ നിരീക്ഷകർക്കുപോലും സമ്മ തിക്കേണ്ടിവന്നിട്ടുണ്ട്. ഇതിന്റെ ഒരു ചെറിയ തുടക്കം കേരളത്തിലും ഇടതുപക്ഷ ജനാധിപത്യഗവൺമെന്റിന്റെ കാലത്തുണ്ടായിട്ടുണ്ട്. ഇവി ടെയും പ്രായോഗികതലത്തിൽ വികസനത്തിന്റെതായ അന്തരീക്ഷം സൃഷ്ടിക്കാൻ കഴിയുമെന്ന് തെളിഞ്ഞിട്ടുണ്ട്. ഇതിന്റെ അടിസ്ഥാനത്തിൽ കേരളത്തിലും അഖിലേന്ത്യാതലത്തിലും പുതിയ ഒരു വികസന രാഷ്ട്രീയം വളർത്തിയെടുക്കാൻ മറ്റ് ബഹുജനസംഘടനകളോടും രാഷ്ട്രീയ പാർട്ടികളോടും ചേർന്ന് യുവജനസംഘടനകൾ തയ്യാറാവേ ണ്ടിയിരിക്കുന്നു.

ഏഴ്: ഇത്തരത്തിൽ ഒരു വികസനാന്തരീക്ഷം സൃഷ്ടിക്കുന്നതിന് കേരളത്തിലൊരു 'വികസനസേന' രൂപീകരിക്കാനുള്ള നിർദേശം ഇവി ടത്തെ ജനാധിപത്യ യുവജനസംഘടന ഏതാനും വർഷങ്ങൾക്കുമുമ്പ് ആവിഷ്കരിച്ചിരുന്നു. അത് നടപ്പിൽ വരുത്തുന്നതിൽ ഇവിടത്തെ ഇട തുപക്ഷ ജനാധിപത്യ ഗവൺമെന്റിന്റെ സഹായസഹകരണങ്ങളും സംഘടനയ്ക്ക് കിട്ടിയിരുന്നു. ആ ഗവൺമെന്റിന്റെ പതനത്തോടുകൂടി ഈ പരിപാടി നടപ്പിലാക്കുന്നത് പ്രയാസമേറിയ ഒരു ജോലിയായി മാറി യെന്നത് ശരിയാണ്. പക്ഷേ മുമ്പത്തെക്കാൾ കൂടുതൽ പ്രയാസം നിറഞ്ഞ ഇന്നത്തെ സാഹചര്യത്തിലും യുവജനസംഘടന വികസന സംസ്കാരത്തിനുവേണ്ടി പോരാടണം; ഗവൺമെന്റിന്റെയും ഭരണമുന്ന ണിയുടെയും പ്രതികൂല പ്രതികരണങ്ങൾ മറികടന്ന് വികസിത കാര്യ ത്തിൽ കക്ഷിരാഷ്ട്രീയത്തിനതീതമായ നിലപാടെടുക്കാൻ സ്വയം തയാ റാവുകയും മറ്റുള്ളവരെ അതിന് പ്രേരിപ്പിക്കുകയും ചെയ്യാൻ യുവജന സംഘടനകൾ തയാറാവണം.

എട്ട്: ഇവിടെ ഒരു കാര്യം വ്യക്തമാക്കട്ടെ: *വികസന പ്രശ്നങ്ങളിൽ വ്യക്തമായ നിബന്ധനകൾക്കനുസരിച്ച് ഗവൺമെന്റിനോട് സഹകരി ക്കാൻ തയാറാണെങ്കിലും ജനാധിപത്യ യുവജനസംഘടനയ്ക്ക് കേര ളത്തിലെ കരുണാകരഗവൺമെന്റിനോടോ കേന്ദ്രത്തിലെ നരസിംഹറാവു ഗവൺമെന്റിനോടോ ഉള്ള എതിർപ്പ് ഒരിഞ്ചുപോലും കുറയുന്നില്ല.* എന്തു കൊണ്ടെന്നാൽ സാമ്പത്തികവും രാഷ്ട്രീയവും സാമൂഹ്യവും സാംസ്കാ രികവുമായ എല്ലാ തുറകളിലും ജനവിരുദ്ധവും ദേശവിരുദ്ധവുമായ നില പാടുകളാണ് ഈ ഗവൺമെന്റുകൾ എടുക്കുന്നത്. അവയുമായിപ്പോലും വികസന പ്രവർത്തനകാര്യത്തിൽ സഹകരിക്കാൻ തയാറാവുന്നത് വികസന പ്രവർത്തനത്തിന്റെ പ്രാധാന്യം മനസിലാക്കിയാണ്.

ഈ മനോഭാവം കേരളത്തിലെ കരുണാകര ഗവൺമെന്റോ കേന്ദ്ര ത്തിലെ നരസിംഹറാവു ഗവൺമെന്റോ എടുക്കുന്നില്ലെന്നതാണ് സത്യം. അവയെ സംബന്ധിച്ചിടത്തോളം പ്രധാനമായത് വികസന പ്രവർത്തന ങ്ങളുടെ വിജയമല്ല. പാർട്ടിതലത്തിലും വ്യക്തിപരമായും തങ്ങളുടെ സങ്കുചിത സ്വാർഥങ്ങൾ നേടലാണ്. പക്ഷേ, ആ പാർട്ടികളുടെ അണി കളിലും അതിന്റെ അനുയായികളായ ജനലക്ഷങ്ങൾക്കിടയിലും വിക സനപ്രവർത്തനം വിജയകരമായി കൊണ്ടുപോകണമെന്ന ആഗ്രഹം വളർന്നുവരികയാണ്. ആ നിലയ്ക്ക് നേതൃത്വം അവഗണിച്ചാൽപോലും കോൺഗ്രസ് പാർട്ടിയുടെയും സഖ്യകക്ഷികളുടെയും അണികളിലുള്ള ജനങ്ങളും പ്രവർത്തകരും വികസന പ്രവർത്തനം വിജയിപ്പിക്കുന്നതിന് യുവജനസംഘടനകൾ അടക്കമുള്ള ബഹുജനസംഘടനകളും കമ്മ്യൂ ണിസ്റ്റുകാരുടേതടക്കമുള്ള ഇടതുപക്ഷ പാർട്ടികളുമായി യോജിക്കാൻ തയാറാവുമെന്ന് പ്രതീക്ഷിക്കാം. അത് നടപ്പിൽ വരുത്തുന്നതിൽ മറ്റ് ബഹുജനസംഘടനകളോടും രാഷ്ട്രീയ പാർട്ടികളോടുമൊപ്പം ജനാധി പത്യ യുവജനസംഘടനയും തയാറാവണം.

യുവാക്കളുടെ ഇന്നത്തെ കടമകൾ
ചിന്താ പബ്ലിഷേഴ്സ്, സെപ്തംബർ 1992

21

വിദ്യാർഥി പ്രസ്ഥാനം ഇന്നലെ, ഇന്ന്, നാളെ

ഞാനൊരു സ്കൂൾ വിദ്യാർഥിയായിരുന്ന കാലത്ത് ഉപന്യാസമെ ഴുതാൻ ഞങ്ങളോടാവശ്യപ്പെടാറുള്ള വിഷയങ്ങളിലൊന്ന് *ഇന്നത്തെ വിദ്യാർഥികൾ നാളത്തെ പൗരന്മാർ* എന്നതായിരുന്നു. ഞാൻ തന്നെയും അതേക്കുറിച്ച് എഴുതിയിട്ടുണ്ട്.

അന്ന് ഇന്നത്തെപ്പോലെ വിദ്യാർഥി പ്രസ്ഥാനങ്ങളൊന്നും ഉണ്ടായി രുന്നില്ല. എന്നിരിക്കിലും വിദ്യാർഥികൾ രാജ്യത്തിന്റെ സ്വാതന്ത്ര്യപ്രസ്ഥാ നത്തിൽ തൽപ്പരരായിരുന്നു. ബ്രിട്ടീഷ് ഭരണാധികാരികൾ പഞ്ചാബിൽ നടത്തിയ മർദനത്തിൽ പ്രതിഷേധിച്ച് സ്കൂളുകളും കോളെജുകളും മറ്റും ബഹിഷ്കരിക്കാനുള്ള മഹാത്മാഗാന്ധിയുടെ ആഹ്വാനമനുസരിച്ച് ഏതാനും വിദ്യാർഥികൾ പഠിത്തം ഉപേക്ഷിക്കുകയുണ്ടായി. (അവരിൽ ഒരാളാണ് എന്റെ അമ്മയുടെ പിതൃസഹോദരീപുത്രൻ; അദ്ദേഹം പിന്നീട് ദേശീയ ദിനപത്രമായ *മാതൃഭൂമി*യുടെ സ്ഥാപകനായിത്തീർന്നു) ഞാൻ പഠിച്ചിരുന്ന വിദ്യാലയത്തിലും 1928-ൽ സൈമൺ കമ്മീഷൻ ബഹിഷ്ക രണം നടക്കുകയുണ്ടായി. ഞാൻ അതിൽ പങ്കെടുത്തിരുന്നില്ല. നന്നേ കുറച്ച് പേർ മാത്രമെ അതിൽ പങ്കെടുത്തിരുന്നുള്ളൂ.

തുടർന്ന് ഞാൻ കോളെജിൽ ചേർന്നപ്പോൾ രാജ്യത്ത് 1930-ലെ ഉപ്പു സത്യഗ്രഹപ്രസ്ഥാനം അലയടിക്കുകയായിരുന്നു. ഉപ്പുസത്യഗ്രഹത്തിന്റെ ഉദ്ദേശ്യലക്ഷ്യങ്ങൾ പ്രചരിപ്പിക്കുന്നതിലും ദേശീയ നേതാക്കളുടെ അറ സ്റ്റിൽ പ്രതിഷേധിച്ച് റാലികൾ സംഘടിപ്പിക്കുന്നതിലും ഞങ്ങളിൽ പലരും സജീവമായി പങ്കെടുത്തു. ഖാദി സ്വദേശി പ്രചാരണം പോലുള്ള വിവിധ നിർമാണ പ്രവർത്തനങ്ങളിലും ഞങ്ങൾ ഏർപ്പെട്ടു. എന്നാൽ ഇതെല്ലാം ഏതെങ്കിലുമൊരു വിദ്യാർഥി സംഘടനയിലൂടെയെന്നതിനെ ക്കാൾ കോൺഗ്രസ് കമ്മിറ്റിയുടെ നേരിട്ട് കീഴിലും ആഭിമുഖ്യത്തിലുമാ യിരുന്നു.

സ്കൂളിലെയും കോളെജിലെയും ഈ പ്രവർത്തനമാണ് 1932 ജനു വരി ആദ്യത്തിൽ മഹാത്മാഗാന്ധിയേയും മറ്റെല്ലാ സമുന്നത നേതാക്ക ളേയും അറസ്റ്റ് ചെയ്തപ്പോൾ ദേശവ്യാപകമായി നടന്ന സമരത്തിൽ സജീവമായി പങ്കെടുക്കാൻ എന്നെ പ്രാപ്തനാക്കിയത്. ഗാന്ധിയുടെയും മറ്റ് നേതാക്കളുടെയും അറസ്റ്റിനെ തുടർന്ന് ആരംഭിച്ച സിവിൽ നിയമ ലംഘന പ്രസ്ഥാനത്തിൽ ഞാൻ പങ്കെടുത്തു. എന്നെ അറസ്റ്റ് ചെയ്ത് മൂന്നു കൊല്ലത്തേക്ക് ശിക്ഷിച്ചു. ഒരു മുഴുവൻ സമയ രാഷ്ട്രീയ പ്രവർത്ത കൻ എന്ന നിലയ്ക്കുള്ള എന്റെ ജീവിതത്തിന്റെ തുടക്കം അതായിരു ന്നു. അതാവട്ടെ പിന്നീട് എന്നെ സോഷ്യലിസത്തിലേക്കും കമ്യൂണിസ ത്തിലേക്കും ചെന്നെത്തിക്കുകയും ചെയ്തു.

വിദ്യാർഥികളെ വാളണ്ടിയർമാരായി റിക്രൂട്ടുചെയ്യുക എന്നതായി രുന്നു അക്കാലത്ത് സ്വാതന്ത്ര്യ പ്രസ്ഥാനത്തിൽ വിദ്യാർഥികളുടെ പങ്കാ ളിത്തത്തിന്റെ രീതി. വിദ്യാർഥികൾക്ക് പ്രത്യേകം സംഘടനയൊന്നും അന്നുമുണ്ടായിരുന്നില്ല. അഖിലേന്ത്യാ വിദ്യാർഥി ഫെഡറേഷൻ എന്ന പേരിൽ സ്വതന്ത്രമായി പ്രവർത്തിക്കുന്ന ഒരു വിദ്യാർഥി സംഘടന രൂപം കൊണ്ടത് 1936-ലാണ്. ഇതിന് മുൻ കയ്യെടുത്തത് ഇന്ത്യൻ കമ്യൂണിസ്റ്റ് പാർട്ടി ആയിരുന്നുവെങ്കിലും അതൊരു പാർട്ടി സംഘടനയായിരുന്നില്ല. അതിന്റെ ഔദ്യോഗിക പദവികളിൽ കമ്യൂണിസ്റ്റുകാരല്ലാത്ത വിദ്യാർഥി കളും സുപ്രധാനമായ സ്ഥാനം വഹിച്ചിരുന്നു.

വ്യവസായത്തൊഴിലാളികളുടെ എ ഐ ടി യു സി യെയും ആയിടെ രൂപംകൊണ്ട അഖിലേന്ത്യാ കിസാൻസഭയെയുംപോലെ എ ഐ എസ് എഫും സാമ്രാജ്യവിരുദ്ധ സ്വാതന്ത്ര്യപ്രസ്ഥാനത്തിന്റെ ഉദ്ദേശ്യലക്ഷ്യ ങ്ങളോട് പ്രതിജ്ഞാബദ്ധമായിരുന്നു. പ്രത്യയശാസ്ത്രപരമായ നിലപാടും രാഷ്ട്രീയകൂറും എന്തുതന്നെയായാലും അതൊന്നും പരിഗണിക്കാതെ, ഇന്ത്യൻ സ്വാതന്ത്ര്യ പ്രസ്ഥാനത്തോടൊപ്പം നിൽക്കുകയും പൊരാടു കയും ചെയ്യുന്ന ആർക്കും അതിൽ പ്രവേശനമുണ്ടായിരുന്നു. ഓരോ രാഷ്ട്രീയപാർട്ടിക്കും അതിന്റെ സ്വന്തമായ ട്രേഡ് യൂണിയനുകൾ, കിസാൻസഭകൾ വിദ്യാർഥി സംഘടനകൾ തുടങ്ങിയവയെക്കുറിച്ച് വർഗ ബഹുജനപ്രസ്ഥാനങ്ങളുടെ സംഘടനകൾക്ക് ചിന്തിക്കാൻപോലും കഴി യുമായിരുന്നില്ല. പ്രത്യേക വർഗങ്ങളുടെ അഥവാ ജനസമൂഹത്തിന്റെ ജനാധിപത്യപരമായി പ്രവർത്തിക്കുന്ന പൊതുസംഘടനകളിൽ കമ്യൂ ണിസ്റ്റുകാരും സോഷ്യലിസ്റ്റുകാരും മറ്റ് രാഷ്ട്രീയ പാർട്ടികളുടെ സജീവ പ്രവർത്തകരും സർവോപരി കോൺഗ്രസുകാരായ ബഹുജനങ്ങളും സജീവമായി പ്രവർത്തിക്കുക-ഇതായിരുന്നു അക്കാലത്തെ വർഗ-ബഹു ജനസംഘടനകളുടെ പ്രവർത്തനരീതി.

ഈ രീതി 1942-വരെ തുടർന്നു. ക്വിറ്റിന്ത്യാ സമരത്തിനുള്ള ആഹ്വാനം ഇന്ത്യൻ ജനസാമാന്യത്തെ കോൺഗ്രസിനുപിന്നിൽ അണിനിരത്തിയെ ങ്കിലും വ്യവസായത്തൊഴിലാളികളും കൃഷിക്കാരും വിദ്യാർഥികളുമെല്ലാം കമ്യൂണിസ്റ്റുപാർട്ടിയുടെ നേതൃത്വത്തിലുള്ള അതാത് വിഭാഗത്തിന്റെ വർഗ-ബഹുജനസംഘടനകളിലായിരുന്നു. കമ്യൂണിസ്റ്റുകാർക്ക് ഈ നില

കൈവരാൻ കാരണം ഈ വർഗബഹുജനസംഘടനകളിലെ അംഗ ങ്ങൾക്ക് അവർ നൽകിപ്പോന്ന നിസ്വാർഥ സേവനമായിരുന്നു. ക്വിറ്റിന്ത്യാ സമരത്തെ ആസ്പദമാക്കി കോൺഗ്രസ് അംഗീകരിച്ച രാഷ്ട്രീയ നയസ മീപനത്തോട് ഈ വർഗ-ബഹുജനസംഘടനകൾക്ക് യോജിപ്പുണ്ടായി രുന്നില്ല. അതിനാൽ ക്വിറ്റിന്ത്യാ പ്രക്ഷോഭത്തെ കേന്ദ്രീകരിച്ചുള്ള തങ്ങളുടെ പ്രവർത്തന പരിപാടികൾ നടപ്പാക്കാൻ അവ ഒരു പ്രതിബന്ധമാണെന്ന് കോൺഗ്രസ് നേതാക്കൾ കണക്കാക്കി വ്യവസായത്തൊഴിലാളികളു ടെയും വിദ്യാർഥികളുടെയും എതിർ സംഘടന-എ ഐ ടി യു സി ക്കെതി രായി ഐ എൻ ടി യു സിയും എ ഐ എസ് എഫിനെതിരായി വിദ്യാർഥി കോൺഗ്രസും-രൂപീകരിക്കാൻ കോൺഗ്രസ് തീരുമാനിച്ചു. കൃഷിക്കാ രുടെ കാര്യത്തിൽ കോൺഗ്രസ് നേതൃത്വത്തിൽ ഒരു പ്രത്യേക സംഘ ടന ആവശ്യമില്ലെന്നും കോൺഗ്രസ് നേതാക്കൾ കണക്കാക്കി. കർഷക ജനസാമാന്യത്തെ കോൺഗ്രസിന്റെ കീഴിൽ നേരിട്ട് അണിനിരത്തിപ്പോന്നു.

നാൽപ്പതുകളിൽ കോൺഗ്രസ് ചെയ്തതുപോലെ പിന്നീട് മറ്റ് പാർട്ടി കളും തങ്ങളുടെ സ്വന്തം ട്രേഡ് യൂണിയനുകളും മറ്റ് വർഗ ബഹുജന സംഘടനകളും രൂപീകരിക്കാൻ തുടങ്ങി. ഇന്നിപ്പോൾ രാഷ്ട്രീയപാർട്ടിക ളെയോ ഗ്രൂപ്പുകളെയോപോലെ അത്ര തന്നെ വർഗ-ബഹുജന സംഘ ടനകളുമുണ്ട്. തങ്ങൾ പ്രതിനിധീകരിക്കുന്നതെന്ന് പറയപ്പെടുന്ന വർഗ -ബഹുജന സംഘടനകളുടെ ഐക്യത്തിനും കെട്ടുറപ്പിനും വിനാശക രമാണ് കക്ഷിരാഷ്ട്രീയത്തെ ആസ്പദമാക്കി സമാന്തര സംഘടനകളോ അഥവാ എതിർ സംഘടനകളോ രൂപീകരിക്കുന്നതെന്ന് അവയുടെ സംഘാടകരും നേതാക്കളും മനസിലാക്കുന്നില്ല. അതിനാൽ തങ്ങൾ ഉയർത്തിപ്പിടിക്കുന്ന വർഗ-ബഹുജന താൽപ്പര്യങ്ങൾക്ക് എതിരായ വർഗത്തെ അഥവാ സാമൂഹ്യശക്തിയെ പ്രത്യക്ഷത്തിൽ തന്നെ സഹാ യിക്കുന്ന നടപടിയാണത്.

ഇന്നിപ്പോൾ ഒന്നല്ലെങ്കിൽ മറ്റൊരു രാഷ്ട്രീയ പാർട്ടിയുടെ നേതൃത്വ ത്തിൽ (വ്യവസായത്തൊഴിലാളികളുടെയും കർഷകത്തൊഴിലാളികളു ടേതുമെന്നപോലെ കൃഷിക്കാർ, യുവാക്കൾ, മഹിളകൾ വിദ്യാർഥികൾ എന്നീ വിഭാഗങ്ങളുടെയെല്ലാം സംഘടനകളുണ്ട്- സി പി ഐ (എം)ന്റെ നേതൃത്വത്തിലുള്ള എസ് എഫ് ഐ, സി പി ഐയുടെ നേതൃത്വത്തി ലുള്ള എ ഐ എസ് എഫ് ഇന്ത്യൻനാഷണൽ കോൺഗ്രസിന്റെ നേതൃ ത്വത്തിലുള്ള എൻ എസ് യു (ഐ), ബി ജെ പി നേതൃത്വത്തിലുള്ള എ ബി വി പി തുടങ്ങിയവ. ഏതൊരു രാഷ്ട്രീയ പാർട്ടിക്കും ഉള്ളതിനെക്കാൾ വിശാലമായ താൽപ്പര്യങ്ങളും പ്രശ്നങ്ങളും വിദ്യാർഥി സമൂഹത്തിന്, അതായത് നാളത്തെ പൗരന്മാരായ ഇന്നത്തെ വിദ്യാർഥികൾക്ക് ഉണ്ടെന്ന കാര്യം ഈ പ്രക്രിയയിൽ കാണാതെ പോകുന്നു. അതിനാൽ നാളത്തെ പൗരന്മാരായ ഇന്നത്തെ വിദ്യാർഥികളുടെ താൽപ്പര്യങ്ങൾ ഏറ്റെടുത്ത് സ്വമേധയാ പ്രവർത്തിക്കുന്ന സ്വതന്ത്രമായ വിദ്യാർഥിസംഘടനകളുടെ നേതാക്കളും പ്രവർത്തകരും ഏതെങ്കിലും രാഷ്ട്രീയപാർട്ടി വരച്ച വര യ്ക്കപ്പുറം കടന്ന്, വിദ്യാർഥികളുടെ പൊതുവായ പ്രശ്നങ്ങളെയും ആവ ശ്യങ്ങളെയും ആസ്പദമാക്കി വേണം പ്രവർത്തിക്കാൻ.

വിദ്യാർഥിസംഘടനകൾ പെരുകുന്നത് സ്വഭാവികമായും സ്കൂളു കളിലും കോളെജുകളിലും സർവകലാശാലാ കാമ്പസുകളിലുമൊക്കെ സംഘട്ടനത്തിലേക്കും സംഘർഷത്തിലേക്കും അക്രമത്തിലേക്കും മറ്റും ചെന്നെത്തുന്നു. പാർലമെന്റിലേക്കും നിയമസഭകളിലേക്കും മറ്റ് തെര ഞ്ഞെടുക്കപ്പെടുന്ന സമിതികളിലേക്കും നടക്കുന്ന തിരഞ്ഞെടുപ്പുകളിലെ ന്നപോലെ രൂക്ഷമായ പോരാട്ടമാണ് കാമ്പസ് തിരഞ്ഞെടുപ്പുകളിലും നടക്കുന്നത്. ഒന്നല്ലെങ്കിൽ മറ്റൊരു രാഷ്ട്രീയ പാർട്ടിയോട് കൂറുപു ലർത്തുന്ന വിദ്യാർഥി സംഘടനകൾ തമ്മിൽ ശാരീരികമായിത്തന്നെ ഏറ്റു മുട്ടുന്നു. മാരകമായ ആക്രമണങ്ങൾ മാത്രമല്ല കൊലപാതകങ്ങൾ തന്നെയും പതിവായിത്തീർന്നിരിക്കുന്നു.

ഇതാകട്ടെ ഒരു വിദ്യാഭ്യാസ സുരക്ഷാ സമിതിക്കുവേണ്ടി ആഹ്വാനം ചെയ്യാൻ കേരളത്തിലെ ഗുണകാംക്ഷികളായ ഏതാനും പ്രൊഫസർമാ രെയും മുൻ പ്രൊഫസർമാരെയും പ്രേരിപ്പിച്ചിരിക്കയാണുതാനും. വിദ്യാ ഭ്യാസത്തെ സംഘർഷത്തിൽനിന്നും അക്രമത്തിൽ നിന്നുമൊക്കെ രക്ഷി ക്കാൻ കഴിയണമെങ്കിൽ രാഷ്ട്രീയപാർട്ടികളെയും അവയോട് കൂറുപു ലർത്തുന്ന വിദ്യാർഥി സംഘടനകളെയും സ്കൂൾ-കോളെജ്-സർവക ലാശാലാ പരിസരത്ത് പ്രവേശിക്കാൻ അനുവദിക്കരുത് എന്നതാണ് ഇതി ലടങ്ങിയ ആശയം. ഇതിന് അവർ പറയുന്ന കാരണമാകട്ടെ രാഷ്ട്രീയ പാർട്ടികൾ-ഭരണകക്ഷികളെന്നപോലെ പ്രതിപക്ഷപാർട്ടികളും-വിദ്യാർഥി കളെ തങ്ങളുടെ അണികളിലേക്കാകർഷിക്കത്തക്കവിധത്തിലുള്ള പ്രവർത്തനം നടത്തുന്നതാണ് സംഘട്ടനത്തിലേക്കും സംഘർഷം വള രുന്നതിലേക്കും കൊലപാതകങ്ങളിലേക്കുതന്നെയും ചെന്നെത്തുന്നതെ ന്നതാണുതാനും. 'കാമ്പസ് രാഷ്ട്രീയം' നിരോധിച്ചാൽ മാത്രമെ വിദ്യാ ഭ്യാസ സമ്പ്രദായത്തെ ബാധിച്ച ഈ വിന ഇല്ലാതാക്കാനാവു എന്നാണ വരുടെ വാദം.

എല്ലാ ജനവിഭാഗങ്ങൾക്കും താന്താങ്ങളുടെ തനതായ സംഘടന രൂപീകരിക്കാൻ അവകാശം നൽകുന്ന ഒരു ഭരണഘടന ഉണ്ടായിരിക്കെ നിയമപരമായും ഭരണഘടനാപരമായും ഇതെങ്ങനെ സാധ്യമാകും? മറ്റേ തൊരു ജനവിഭാഗത്തേയുമെന്നപോലെ വിദ്യാർഥികൾക്കും അവരുടെ തനതായ സംഘടന-എൻ എസ് യു ഐ, എസ് എഫ് ഐ, എ ഐ എസ് എഫ്, എ ബി വി പി തുടങ്ങിയവപോലുള്ളവ-രൂപീകരിക്കാനവ കാശമുണ്ട്. ഈ സംഘടനകളുടെ പ്രവർത്തനം നിരോധിക്കുകയെന്നാൽ അത് അങ്ങേയറ്റം ഭരണഘടനാവിരുദ്ധമായ നടപടിയായിരിക്കും.

അതുപോലെതന്നെ ഏതൊരു രാഷ്ട്രീയപാർട്ടിക്കും അതിന്റെ പ്രവർത്തനം രാജ്യത്തിന്റെ ഏതൊരുഭാഗത്തേക്കും, ഏത് ജനവിഭാഗ ത്തിലേക്കും വ്യാപിപ്പിക്കാൻ അവകാശമുണ്ട്. അതിനാൽ 'കാമ്പസ് രാഷ്ട്രീയം' നിരോധിക്കൽ, സ്വന്തം സംഘടന രൂപീകരിക്കാൻ വിദ്യാർഥി കളുടെ അവകാശവും വിദ്യാർഥികളിൽനിന്ന് അംഗങ്ങളെ റിക്രൂട്ട് ചെയ്യാൻ രാഷ്ട്രീയപാർട്ടികൾക്കുള്ള അവകാശവും ഇല്ലാതാക്കുന്നു.

ഇപ്പറഞ്ഞതിനർഥം കാമ്പസുകളിൽ പലപ്പോഴും അക്രമം പൊട്ടി പ്പുറപ്പെടുന്നതിന് അസ്വസ്ഥരായവരുടെ മനോവികാരത്തെ അനാദരിക്കു ന്നുവെന്നല്ല. അത് തടയാൻ കഴിയാവുന്നതൊക്കെ ചെയ്യണം. വിദ്യാർഥി കൾക്കിടയിലും അവരുടെ സംഘടനകൾ തമ്മിലുമുള്ള ആശയപരമോ രാഷ്ട്രീയമോ ആയ അഭിപ്രായഭിന്നതകൾ പ്രത്യയശാസ്ത്ര പ്രശ്നങ്ങ ളെയും രാഷ്ട്രീയ നയസമീപനങ്ങളെയും ആസ്പദമാക്കിയുള്ള സമാധാ നപരമായ സമരത്തിന്റെ പരിധിക്കപ്പുറം പോകാതെ നോക്കാൻ വിദ്യാർഥി കളുടെ ക്ഷേമത്തിലും പ്രവർത്തനങ്ങളിലും താൽപ്പര്യമുള്ള എല്ലാവരും ഒത്തൊരുമിച്ച് ശ്രമിക്കണം.

എന്നാൽ അത് സ്വന്തമായ സംഘടന രൂപീകരിക്കാൻ വിദ്യാർഥി കൾക്കുള്ള അവകാശവും അതുപോലെ വിദ്യാർഥികളിൽനിന്ന് അംഗ ങ്ങളെ റിക്രൂട്ട്ചെയ്യാൻ രാഷ്ട്രീയ പാർട്ടികൾക്കുള്ള അവകാശവും നിഷേ ധിക്കുന്ന നിലയിലേക്ക് അധഃപതിച്ചുകൂടാ. എന്തൊക്കെപറഞ്ഞാലും പാർലമെന്ററി ജനാധിപത്യത്തിന്റെ നിലനിൽപ്പിനും പ്രവർത്തനത്തിനും അടിസ്ഥാനം വിദ്യാർഥികൾ ഉൾപ്പെടെയുള്ള എല്ലാ ജനവിഭാഗങ്ങൾക്കു മിടയിലുള്ള രാഷ്ട്രീയബോധവും രാഷ്ട്രീയ പ്രവർത്തനവുമാണ്.

വിദ്യാഭ്യാസമെന്നാൽ കുറെയേറെ വിവരങ്ങളും അറിവും നൽകു കയെന്ന പ്രക്രിയ മാത്രമല്ലെന്ന് നാം ഓർക്കണം. സാമൂഹ്യശാസ്ത്രം, സാമ്പത്തികശാസ്ത്രം, രാജ്യത്തിന്റെ സംസ്കാരവും രാഷ്ട്രീയവും എന്നി വയിൽ വേണ്ടത്ര വിജ്ഞാനംകൊണ്ട് സുസജ്ജമായ ബുദ്ധിസാ മർഥ്യവും വൈദഗ്ധ്യവുമുള്ള വ്യക്തികളെ (സ്വഭാവശുദ്ധിയുള്ള സ്ത്രീ പുരുഷന്മാരെ) സൃഷ്ടിക്കുന്നതിന്റെ പ്രശ്നമാണത്. അങ്ങനെ താത്വിക രാഷ്ട്രീയപാഠത്തിന്റെ ശാസ്ത്രത്തിലും കലയിലും പ്രായോഗിക പരിശീ ലനം നേടുകയെന്നത് വിദ്യാഭ്യാസത്തിന്റെ അവശ്യഘടകമാണ്. പൊതു വിൽ രാജ്യത്തെ ജനങ്ങളാകെ കക്ഷിരാഷ്ട്രീയത്തിന്റെ അടിസ്ഥാനത്തിൽ കോൺഗ്രസുകാർ, കമ്യൂണിസ്റ്റുകാർ, സോഷ്യലിസ്റ്റുകാർ, ബി ജെ പി അനുയായികൾ എന്നിങ്ങനെ വിഭജിക്കപ്പെട്ടുകിടക്കുമ്പോൾ തീർച്ചയായും അത് സ്കൂളുകളിലും കോളെജുകളിലും സർവകലാശാലകളിലും പഠി ക്കുന്ന വിദ്യാർഥികളുടെ ചിന്തയിലും പ്രവർത്തനത്തിലും സ്വാധീനം ചെലുത്തും. ഈ രാഷ്ട്രീയ പാർട്ടികളുടെ നേതാക്കളും അനുയായികളും കാമ്പസിനുപുറത്ത് പരസ്പരം പോരാടുമ്പോൾ തീർച്ചയായും അത് കാമ്പസിനകത്തും പ്രതിഫലിക്കും. മറ്റൊരുവിധത്തിൽ പറഞ്ഞാൽ കാമ്പ സിന് പുറത്തുള്ള രാഷ്ട്രീയത്തെ നിരോധിക്കാൻ കഴിയാത്തതുപോലെ 'കാമ്പസ് രാഷ്ട്രീയ'വും നിരോധിക്കാനാവില്ല.

ഇതുപോലെതന്നെ ജനാധിപത്യ വിരുദ്ധമായതാണ് സ്കൂളുകളിലും കോളെജുകളിലും സർവകലാശാലകളിലും തിരഞ്ഞെടുക്കപ്പെട്ട വിദ്യാർഥി യൂണിയനുകൾ വേണ്ടെന്നുവയ്ക്കണമെന്ന കേരളത്തിലെ ഒരുവിഭാഗം വിദ്യാഭ്യാസ വിദഗ്ധരുടെ (വിദ്യാഭ്യാസമന്ത്രിതന്നെയും അവരിൽ ഉൾപ്പെ ടും) അഭിപ്രായം. സെനറ്റിലേക്കും സിൻഡിക്കേറ്റിലേക്കും യൂണിവേ ഴ്സിറ്റി നിയമമനുസരിച്ചുള്ള വിദ്യാർഥി പ്രാതിനിധ്യം നിർത്തലാക്കണ

മെന്നും അവർ ആവശ്യപ്പെടുന്നു. ഇതിനാസ്പദമായി അവർ പറയുന്ന കാരണം ഈ കാമ്പസ് തെരഞ്ഞെടുപ്പുകൾ സംഘർഷത്തിലേക്കും സംഘട്ടനത്തിലേക്കും അക്രമത്തിലേക്കുമൊക്കെ ചെന്നെത്തുന്നുവെന്ന താണ്. ഇതിനുപകരം അവർ മുമ്പോട്ടുവയ്ക്കുന്ന നിർദേശം സ്കൂൾ– കോളെജ് സർവകലാശാലാ യുണിയനുകൾ ബന്ധപ്പെട്ട അധികൃതർ തിരഞ്ഞെടുക്കുന്ന നല്ല വിദ്യാർഥികൾ അടങ്ങിയതായിരിക്കണം എന്നാ ണ്. ഈ ന്യായം കാമ്പസിന് പുറത്തുള്ള തിരഞ്ഞെടുപ്പുകൾക്കും ബാധ കമാക്കുകയാണെങ്കിൽ അതിനർഥം എം പിമാരും എം എൽ എമാരു മൊക്കെ തിരഞ്ഞെടുക്കപ്പെട്ടവരാകരുത്. നോമിനേറ്റ് ചെയ്യപ്പെട്ടവരാവണം എന്നാണ്–തികച്ചും ജനാധിപത്യ വിരുദ്ധമായ നിർദേശം!

മറ്റൊരുതരത്തിൽ പറഞ്ഞാൽ കാമ്പസുകളിൽ രാഷ്ട്രീയപാർട്ടിക ളുടെ പ്രവർത്തനങ്ങളും തിരഞ്ഞെടുക്കപ്പെട്ട സമിതികളുടെ രൂപീകര ണവും പാർലമെന്ററി ജനാധിപത്യ വ്യവസ്ഥയിൽ അതിന്റെ ഒരവശ്യ ഘടകമാണ്. ഇതിനർഥം വിവിധ രാഷ്ട്രീയപാർട്ടികളോട് കൂറുള്ള എൻ എസ് യു ഐ, എസ് എഫ് ഐ, എ ഐ എസ് എഫ്, എ ബി വി പി മുതലായ വ്യത്യസ്ത വിദ്യാർഥിസംഘടനകൾ അഭിലഷണീയമാണെ ന്നല്ല. നേരെമറിച്ച് ഈ വിദ്യാർഥിസംഘടനകളെല്ലാം പിരിച്ചുവിട്ട് വിദ്യാർഥി സമൂഹത്തിന്റെ പൊതുവായ ഒരു സംഘടന രൂപീകരിക്കുക യാണെങ്കിൽ അത് ആരോഗ്യകരമായ ഒരു സംഭവവികാസമായിരിക്കും. നേരത്തെ ചൂണ്ടിക്കാണിച്ചതുപോലെ 1936 മുതൽ 1942 വരെ അഖി ലേന്ത്യാ വിദ്യാർഥി ഫെഡറേഷൻ, എ ഐ ടി യു സി, അഖിലേന്ത്യാ കിസാൻ സഭ മുതലായവ. കോൺഗ്രസുകാരും സോഷ്യലിസ്റ്റുകാരും കമ്യൂണിസ്റ്റുകാരും മറ്റ് വിവിധ രാഷ്ട്രീയ പാർട്ടികളുടെ അനുയായികളും അടങ്ങിയതായിരുന്നു. ആ നില ഇന്നിപ്പോൾ വീണ്ടും ആവർത്തിക്കുക യാണെങ്കിൽ അത് വളരെ സന്തോഷകരമായ ഒരു സംഭവവികാസമായി രിക്കും. അതാകട്ടെ വിദ്യാർഥികൾക്ക് അവരുടെ അടിയന്തര പ്രശ്നങ്ങ ളെന്നപോലെ ദുരവ്യാപകമായ പ്രശ്നങ്ങളും ശ്രദ്ധിക്കാനുതകുന്ന ഒരു സുശക്തമായ സംഘടന പ്രദാനം ചെയ്യും.

ഇതിനർഥം ഇന്നിപ്പോൾ വിവിധ വിദ്യാർഥി സംഘടനകളുടെ പ്രവർത്തനങ്ങൾക്ക് നേതൃത്വവും മാർഗനിർദേശവും നൽകുന്ന രാഷ്ട്രീയ പാർട്ടികൾ കാമ്പസ് വിടണമെന്നല്ല, കാമ്പസിനുപുറത്ത് പ്രവർത്തിക്കുന്ന ഏതൊരു രാഷ്ട്രീയ പാർട്ടിക്കും കാമ്പസിനകത്തും അതിന്റെ പ്രവർത്തനം സംഘടിപ്പിക്കാനും കാമ്പസ് സമിതികൾ രൂപീകരിക്കാനും അർഹതയു ണ്ട്. എന്നാൽ അത് എൻ എസ് യു ഐ, എസ് എഫ് ഐ; എ ഐ എസ് എഫ്, എ ബി വി പി തുടങ്ങിയ സംഘടനകളിലൂടെയായിരിക്കില്ല: നേരിട്ടായിരിക്കും. വിദ്യാർഥികളുടെ പൊതുസംഘടനയോടൊപ്പം തന്നെ ഓരോ സ്കൂളിലും കോളെജിലും സർവകലാശാലയിലും രാഷ്ട്രീയ പാർട്ടി കളോരോന്നും അതാതിന്റെതായ വിദ്യാർഥി യുണിറ്റുകൾ സംഘടിപ്പി ക്കും. അവയിൽ ചേരാൻ വിദ്യാർഥികൾക്കുള്ളത്രതന്നെ അവകാശം അവ സംഘടിപ്പിക്കാനുള്ള അവകാശം ബന്ധപ്പെട്ട രാഷ്ട്രീയ പാർട്ടികൾക്കുമു ണ്ടായിരിക്കും.

ഈ പ്രവർത്തന രീതി വളർത്തിക്കൊണ്ടുവരികയാണെങ്കിൽ എല്ലാ പാർട്ടികളിലുംപെട്ട മെമ്പർമാരും നേതാക്കളുമടങ്ങിയ വിദ്യാർഥികളുടെ പൊതുസംഘടന വിദ്യാർഥി സമൂഹത്തിന്റെയാകെ പൊതുവായ പ്രശ്ന ങ്ങളിൽ ശ്രദ്ധിക്കുമ്പോൾ തന്നെ രാഷ്ട്രീയ പാർട്ടികളുടെ കാമ്പസ് സമി തികൾ അതാത് രാഷ്ട്രീയ പാർട്ടികളുടെ പ്രത്യയശാസ്ത്ര–രാഷ്ട്രീയ പ്രവർത്തനങ്ങളിൽ ശ്രദ്ധചെലുത്തും.

ഈ മാതൃക സ്കൂൾ, കോളെജ്, സർവകലാശാലാ തിരഞ്ഞെടുപ്പു കളിൽ പിന്തുടരുകയാണെങ്കിൽ അതാത് രാഷ്ട്രീയപാർട്ടികൾ എൻ എസ് യു (ഐ) എസ് എഫ് ഐ, എ ഐ എസ് എഫ്, എ ബി വി പി തുടങ്ങി യവയുടെ പേരിലല്ലാതെ നേരിട്ട് സ്വന്തം സ്ഥാനാർഥികളെ നിർത്തി മത്സ രിക്കും. വിദ്യാർഥി സമൂഹത്തിന്റെയാകെ ഒരു പൊതുസംഘടനയുടെ നിലനിൽപ്പും പ്രവർത്തനവും വിദ്യാർഥികളുടെ പ്രശ്നങ്ങളോട് അന്ധ മായ പാർട്ടി പക്ഷപാതമില്ലാത്ത ഒരു സമീപനം ഉറപ്പുവരുത്തുന്നതോ ടൊപ്പം സ്കൂളിലും കോളെജിലും സർവകലാശാലകളിലുമുള്ള രാഷ്ട്രീയ പാർട്ടികളുടെ ഘടകങ്ങൾ, ഭാവിയിൽ സജീവ രാഷ്ട്രീയ പ്രവർത്തകരാ യിത്തീരത്തക്കവിധം വിദ്യാർഥികൾക്ക് പ്രത്യയശാസ്ത്രപരവും രാഷ്ട്രീ യവും പ്രായോഗികവുമായ പരിശീലനം നൽകുന്നതിൽ ശ്രദ്ധചെലുത്തു കയും ചെയ്യും.

സ്കൂളുകളിലും കോളെജുകളിലും സർവകലാശാലാകാമ്പസുക ളിലും പലപ്പോഴും അക്രമത്തിലേക്ക് ചെന്നെത്തുന്ന സംഘർഷത്തിലും സംഘട്ടനത്തിലും ഇതുവല്ല വ്യത്യാസവും വരുത്തിത്തീർക്കുമോ? തീർച്ച യായും ഇല്ല എന്നു തന്നെയാണുത്തരം. എന്തുകൊണ്ടെന്നാൽ, കാമ്പ സിനകത്തെ സംഘർഷവും സംഘട്ടനവും പുറത്തുള്ള സംഘർഷ ത്തിന്റെയും സംഘട്ടനത്തിന്റെയും പ്രതിഫലനമാണെന്നുള്ളതാണ് വാസ്തവം. കാമ്പസ് രാഷ്ട്രീയത്തിലെ കുറ്റവാസന പുറത്തുള്ള രാഷ്ട്രീ യത്തിലെ കുറ്റവാസനയുടെ പ്രതിഫലനമാണ്. സ്കൂളുകളിലും കോളെ ജുകളിലും സർവകലാശാലാകാമ്പസുകളിലും മാത്രമെ അക്രമത്തിലേക്ക് ചെന്നെത്തുന്ന സംഘർഷവും സംഘട്ടനവുമുള്ളൂ. പുറത്ത് എല്ലാം ശാന്തവും സമാധാനപരവുമാണ് എന്നാർക്കെങ്കിലും അവകാശപ്പെടാനാ വുമോ?

സ്കൂളുകളിലെയും കോളെജുകളിലെയും സർവകലാശാലാ കാമ്പ സുകളിലെയും സംഘർഷത്തിനും സംഘട്ടനത്തിലും സാക്ഷ്യം വഹി ക്കുന്ന ഓരോ സംസ്ഥാനത്തിലും പ്രദേശത്തും പുറത്തുള്ള രാഷ്ട്രീയ ത്തിലും കുറ്റവാസന കാണാവുന്നതാണ്. യഥാർഥത്തിൽ കാമ്പസുക ളിൽ നടക്കുന്നത്രതന്നെ കൊലപാതകങ്ങളും അക്രമങ്ങളും പുറത്ത് നട ക്കുന്നുണ്ട് – അതിലും കൂടുതലുണ്ടെന്നുള്ളതാണ് വാസ്തവം. അതി നാൽ സമൂഹത്തിലാകെ രൂക്ഷമായ സംഘർഷവും സംഘട്ടനവും വളർന്നുവരുന്ന പശ്ചാത്തലത്തിൽ കൂടുതൽ വിശാലമായ കാഴ്ചപ്പാടി ലൂടെ വേണം പ്രശ്നത്തെ നോക്കിക്കാണാൻ.

ഇതുമായി ബന്ധപ്പെട്ടതാണ് സ്വാതന്ത്ര്യാനന്തര നാളുകളിൽ

രാഷ്ട്രീയ പാർട്ടികളിൽ ഈ മാറ്റം എങ്ങനെ വന്നുവെന്ന പ്രശ്നം. സ്വാത ന്ത്ര്യത്തിന് മുമ്പ് രാഷ്ട്രത്തിന് ഒരു പൊതുലക്ഷ്യം ഉണ്ടായിരുന്നു-ബ്രി ട്ടീഷ് വാഴ്ചയിൽനിന്ന് സ്വാതന്ത്ര്യം നേടൽ, നാട്ടുരാജ്യങ്ങളിൽ നാടുവാ ഴിത്തവും ഏകാധിപത്യവാഴ്ചയും അവസാനിപ്പിക്കാൻ നാടുവാഴി ജന്മിത്തം ഇല്ലാതാക്കൽ, അയിത്തത്തിനും ജാതിവ്യവസ്ഥയ്ക്കും എതി രായി സാമൂഹ്യ (സ്ത്രീ-പുരുഷ) സമത്വത്തിലും സാംസ്കാരിക മുന്നേ റ്റത്തിനും അധ്വാനിക്കുന്ന ജനങ്ങളുടെ ജീവിതം-തൊഴിൽ പരിതഃസ്ഥിതി മെച്ചപ്പെടുത്താനുമുള്ള പോരാട്ടം തുടങ്ങിയവ. രാഷ്ട്രീയപാർട്ടിയുടെ നേതാക്കളും പ്രവർത്തകരും ഈ ലക്ഷ്യങ്ങൾ കൈവരിക്കുന്നതിൽ പ്രതി ജ്ഞാബദ്ധരായിരുന്നു. രാഷ്ട്രീയം അന്ന് ജനസേവനത്തിന്റെ ഒരു രൂപ മായിരുന്നു. അതുകൊണ്ട് സജീവ രാഷ്ട്രീയത്തിലെ വിദ്യാർഥി പങ്കാ ളിത്തം എന്നതിന്റെ അർഥം ജനങ്ങളുടെ ഭാവി സേവകരെന്ന നിലയിൽ വിദ്യാർഥികളെ പരിശീലിപ്പിക്കുകയെന്നായിരുന്നു. സ്വാതന്ത്ര്യലബ്ധി ഇതിലെല്ലാം മാറ്റം വരുത്തി. ഭരണം വെള്ളക്കാരിൽനിന്ന് തവിട്ടു നിറ ക്കാരിലേക്ക് മാറി. രാഷ്ട്രീയപാർട്ടികളുടെ പ്രവർത്തനവും അവയുടെ നേതൃത്വവും ജനസേവനത്തിൽനിന്ന് സ്വന്തക്കാരെയും ബന്ധുക്കളെയും സേവിക്കലായി മാറി എന്നാണ് ഇതിനർഥം. തന്റെ സഹപ്രവർത്തകരു ടെയും അനുയായികളുടെയും സ്വഭാവത്തിൽവന്ന ഈ മാറ്റത്തിൽ അസ്വ സ്ഥനായ മഹാത്മാഗാന്ധി തന്റെ അന്ത്യനാളുകളിൽ സ്വാതന്ത്ര്യലബ്ധി യിൽ താൻ സന്തുഷ്ടനല്ലെന്ന് പ്രഖ്യാപിക്കാൻ നിർബന്ധിതനായി. അതു കൊണ്ടാണ് തന്റെ അവസാനത്തെ ഒസ്യത്തിൽ കോൺഗ്രസ് ഒരു രാഷ്ട്രീയ പാർട്ടിയെന്ന നിലയിൽനിന്ന് ഒരു ലോക സേവക് സംഘമായി മാറണമെന്നദ്ദേഹം അഭിപ്രായപ്പെട്ടത്.

എന്നാൽ ഈ മാറ്റം കോൺഗ്രസ് കക്ഷിയിലും മറ്റ് ബൂർഷ്വാ രാഷ്ട്രീയ സംഘടനകളിലും മാത്രമായി ഒതുങ്ങിനിന്നു. തൊഴിലാളിവർഗ ത്തിന്റെയും കൃഷിക്കാരുടെയും പാർട്ടികളെ ഇത് പൊതുവെ ബാധിക്കു കയുണ്ടായില്ല. എന്തുകൊണ്ടെന്നാൽ അവരെ സംബന്ധിച്ചിടത്തോളം സ്വാതന്ത്ര്യലബ്ധി എല്ലാത്തരം മർദനങ്ങളിൽനിന്നും പണിയെടുക്കുന്ന സാധാരണക്കാരുടെ മോചനത്തിനുവേണ്ടിയുള്ള പോരാട്ടത്തിലെ ഒരു ഘട്ടത്തിന്റെ അന്ത്യവും പുതിയൊരു ഘട്ടത്തിന്റെ തുടക്കവും മാത്ര മായിരുന്നു. അതുകൊണ്ടവർക്ക് ആദ്യകാല പൈതൃകത്തെ മുമ്പോട്ട് കൊണ്ടുപോവുകയും ജനസേവനം തങ്ങളുടെ രാഷ്ട്രീയ പ്രവർത്ത നത്തിന്റെ മുഖ്യാദർശമായി തുടരുകയും ചെയ്യേണ്ടിയിരുന്നു. അതുകൊ ണ്ടാണ് ഒരു വർഗമെന്ന നിലയ്ക്ക് രാഷ്ട്രീയ നേതാക്കളെയാകെ ഗ്രസിച്ച് അപകീർത്തിയെ അതിജീവിക്കാൻ കമ്യൂണിസ്റ്റുകാർക്കും മറ്റിടതുപക്ഷ ക്കാർക്കും കഴിഞ്ഞത്.

ഇപ്പറഞ്ഞതിനർഥം ബൂർഷ്വാ രാഷ്ട്രീയ പാർട്ടികളെ ബാധിച്ച ദുഷി പ്പിൽനിന്ന് കമ്യൂണിസ്റ്റുകാരും മറ്റിടതുപക്ഷക്കാരും പൂർണമായും വിമു ക്തമാണെന്നല്ല. രാഷ്ട്രീയത്തിന്റെയാകെ ലക്ഷ്യം സ്വന്തം താല്പര്യങ്ങ ളെയും ബന്ധുക്കളുടെയും സ്വന്തക്കാരുടെയും താൽപര്യങ്ങളും സേവി

ക്കുക മാത്രമായിത്തീർന്നിട്ടുള്ള ഒരു രാഷ്ട്രീയാന്തരീക്ഷത്തിൽ ജീവിക്കു കയും പ്രവർത്തിക്കുകയും ചെയ്യുന്നവരാകയാൽ കമ്യൂണിസ്റ്റുകാരെയും മറ്റിടതുപക്ഷക്കാരെയും ഈ ദുഷ്യങ്ങൾ ബാധിക്കാനിടയുണ്ട്. എന്നാൽ ബൂർഷ്വാ പാർട്ടികളുടെയെല്ലാം നേതാക്കളെയും പ്രവർത്തകരെയും ഗ്രസിച്ച് കഴിഞ്ഞ ഈ ദുഷ്യത്തിനെതിരെ അവർക്ക് നിശ്ചയദാർഢ്യ ത്തോടെ പോരാട്ടം നടത്താൻ കഴിയും.

ഇടതുപക്ഷ പാർട്ടികളുടെ അംഗങ്ങൾക്കും അനുയായികൾക്കും നൽകുന്ന വിദ്യാഭ്യാസത്തിൽ, സ്വാതന്ത്ര്യസമരകാലത്ത് പടുത്തു യർത്തിയ ഉയർന്ന ധാർമികമൂല്യങ്ങളിലുള്ള വിദ്യാഭ്യാസം സുപ്രധാന ഘടകമാണെന്നുള്ളത് ഒരു വസ്തുതയാണ്. സ്വാതന്ത്ര്യസമരകാലത്തെ സദാചാരമൂല്യത്തിന്റെ ഒരു ഉയർന്ന (തൊഴിലാളിവർഗ) രൂപമാണ് കമ്യൂ ണിസ്റ്റ് സദാചാരം. അതിനാൽ ഇടതുപക്ഷ പാർട്ടികളിലേക്ക് വിദ്യാർഥി കളെ റിക്രൂട്ട്ചെയ്ത് പരിശീലനം നൽകുന്നത് പൊതു സദാചാര നില വാരം ഉയർത്തുന്നതിന്-സ്വാതന്ത്ര്യസമരനാളുകളിൽ രാഷ്ട്രീയ പ്രവർത്ത കർക്കുണ്ടായിരുന്ന ധാർമികമായ ഉൾക്കരുത്തിന്റെ നല്ലവശങ്ങൾ മുമ്പോ ട്ടുകൊണ്ടുപോകുകയും കൂടുതൽ ഉയർന്ന കമ്യൂണിസ്റ്റ് സദാചാരത്തിലേക്ക് വളർത്തിക്കൊണ്ടുവരികയും ചെയ്യുന്നതിന് – അങ്ങേയറ്റം സഹായകരമാണ്.

ഇത് ചെയ്യുമ്പോൾ കമ്യൂണിസ്റ്റുകാരായ വിദ്യാർഥികൾക്ക് ഹിന്ദു രാഷ്ട്രംപോലുള്ള ആശയങ്ങളെ നിശിതമായി എതിർക്കേണ്ടിവരും. സ്കൂളുകളിലും കോളെജുകളിലും സർവകലാശാലകളിലും ഹിന്ദുരാ ഷ്ട്രാശയത്തിന്റെ പ്രചാരകരാണ് എ ബി വി പി യെന്നത് ഏവർക്കും അറിയാവുന്ന കാര്യമാണ്. ഇന്ത്യ ഹിന്ദുക്കളുടെ രാജ്യമാണെന്ന (അ വിടെ അഹിന്ദുക്കൾ രണ്ടാംതരം പൗരൻമാരായി കണക്കാക്കപ്പെടണമെ ന്ന) ദ്രോഹകരമായ സിദ്ധാന്തത്തിനെതിരായി കമ്യൂണിസ്റ്റ് വിദ്യാർഥി കൾ ഇന്ത്യയുടെ ഐക്യത്തിന്റെ - ഹിന്ദുക്കൾ, മുസ്ലിങ്ങൾ, ക്രിസ്ത്യാ നികൾ, സിഖുകാർ, മുന്നോക്ക-പിന്നോക്ക ജാതിക്കാർ ഗോത്രവർഗ-ഗോ ത്രേതര ജനവിഭാഗങ്ങൾ, വിവിധ ഭാഷാ-സാംസ്കാരിക വിഭാഗങ്ങൾ എന്നിവയുടെയെല്ലാം ഐക്യത്തിന്റെ-പ്രത്യയശാസ്ത്രം സ്വയം പഠിക്കു കയും ജനങ്ങളെ പഠിപ്പിക്കുകയും ചെയ്യുന്നു. ദ്രോഹകരമായ 'ഹിന്ദു ത്വാ'ശയത്തിനെതിരായ പോരാട്ടം ഒരേകീകൃത ജനാധിപത്യ മതനിര പേക്ഷ ഇന്ത്യ കെട്ടിപ്പടുക്കുന്നതിൽ സുപ്രധാന ഘടകമാണ്. 'കാമ്പസ് രാഷ്ട്രീയ'ത്തിനെതിരായി ബഹളം കൂട്ടുന്നവർ ഈ പ്രക്രിയയിലൂടെ ഇന്ത്യയുടെ ഐക്യത്തിന്റെതായ ആശയം കാത്തുരക്ഷിക്കുന്നതിനെ തട യുകയും ദ്രോഹകരമായ 'ഹിന്ദുരാഷ്ട്രാശയം' വിദ്യാർഥികൾക്കിടയിൽ പ്രചരിപ്പിക്കാൻ സഹായിക്കുകയുമാണ് ചെയ്യുന്നത്.

വിദ്യാർഥികളുടെ മനസിനെ സ്വാധീനിക്കാൻ ശ്രമിക്കുന്ന ദ്രോഹക രമായ ഒരേ ഒരാശയം 'ഹിന്ദുരാഷ്ട്രത്തിന്റെതുമാത്രമല്ല, അതുപോലെ തന്നെ ദ്രോഹകരമായതാണ് ലോകബാങ്ക്, ഐ എം എഫ്, ഗാട്ട് മുത ലായ സാമ്രാജ്യത്വത്തിന്റെ ചട്ടുകമായി വർത്തിക്കുന്ന സ്ഥാപനങ്ങൾക്ക് കീഴടങ്ങുകയെന്ന ആശയവും. അതാകട്ടെ കോൺഗ്രസിന്റെ സ്വഭാവവി

ശേഷമാണുതാനും. ഇസ്ലാമിക്–സിഖ് ക്രിസ്ത്യൻ മതമൗലികതാവാദം പോലെ ദ്രോഹകരമായ മറ്റാശയങ്ങളുമുണ്ട്. മുന്നോക്കക്കാരുടെ സങ്കു ചിതവാദം പിന്നോക്കജാതിക്കാരുടെ വിഭാഗീയ വാദം, ഗോത്രേതര–ഗോ ത്രവർഗ സങ്കുചിതവിഭാഗീയ വാദങ്ങൾ, ഹിന്ദി–അഹിന്ദി വ്യത്യാസ ത്തിന്റെ രൂപത്തിലുള്ള ഭാഷാ സങ്കുചിത വാദം–ദേശീയ ഐക്യത്തെ ശിഥിലീകരിക്കുന്നതാണ് ഇവയോരോന്നും.

സ്കൂളുകളിലെയും കോളെജുകളിലെയും സർവകലാശാലകളി ലെയും ആയിരക്കണക്കിന് വിദ്യാർഥികളുടെ മനസിനെയും ബോധ ത്തെയും സ്വാധീനിക്കാൻ ഇവയോരോന്നും ശ്രമം നടത്തുന്നു. 'കാമ്പസ് രാഷ്ട്രീയം' ഒഴിവാക്കണമെന്ന ആവശ്യം അങ്ങനെ ദ്രോഹകരമായ ഈ എല്ലാത്തരം ആശയങ്ങൾക്കും കളമൊഴിഞ്ഞുകൊടുക്കാനുള്ള ആഹ്വാ നമാണ്. ദ്രോഹകരമായ ഈ ആശയങ്ങൾ ഓരോന്നും ഉയർത്തിപ്പിടി ക്കുന്നത് ഒന്നല്ലെങ്കിൽ മറ്റൊരു ബൂർഷ്വാ രാഷ്ട്രീയ പാർട്ടിയാണുതാനും. ദ്രോഹകരമായ ഈ ആശയങ്ങളെ എതിർത്തു തോല്പിക്കാതെ രാജ്യ ത്തിന്റെ ഐക്യം കാത്തുസൂക്ഷിക്കാനോ സ്കൂൾ, കോളെജ്, സർവക ലാശാലാ കാമ്പസ് ജീവിതം ആരോഗ്യകരമായ മാർഗത്തിൽ സംഘടി പ്പിക്കാനോ കഴിയില്ല.

വ്യത്യസ്ത രാഷ്ട്രീയ പാർട്ടികൾ നടത്തുന്ന നയപരമായ സമരത്തിന് ആസ്പദമായതും, അതുകൊണ്ടുതന്നെ ഒരു നിലപാടെടുക്കാൻ വിദ്യാർഥി കൾ ബാധ്യസ്ഥരായതുമായ പ്രശ്നങ്ങളിൽ വിദ്യാർഥികളെ നേരിട്ട് ബാധി ക്കുന്നവ രണ്ടെണ്ണമാണ് – നരസിംഹറാവു കേന്ദ്ര മാനവശേഷി വിക സന മന്ത്രിയായിരിക്കെ രൂപംനൽകിയ പുതിയ വിദ്യാഭ്യാസ നയവും പ്രധാനമന്ത്രിയായശേഷം അദ്ദേഹവും ധനകാര്യമന്ത്രിയെന്ന നിലയിൽ മൻമോഹൻസിങ്ങും ചേർന്ന് രൂപപ്പെടുത്തിയ പുതിയ സാമ്പത്തിക നയവും പൊതുവെ ജനങ്ങൾക്കാകെ താൽപ്പര്യമുള്ളവയെന്നതിനു പുറമെ വിദ്യാർഥികൾക്കു വിശേഷിച്ചും താൽപ്പര്യമുള്ളതാണവ; എന്തു കൊണ്ടെന്നാൽ ഇവ രണ്ടും ഇന്നത്തെ വിദ്യാർഥികളും നാളത്തെ പൗരന്മാരുമെന്ന നിലയ്ക്ക് അവരുടെ വളർച്ചയെ സ്വാധീനിക്കുന്നതാണവ.

പുതിയ വിദ്യാഭ്യാസനയം ദേശീയ വിദ്യാഭ്യാസനയത്തിന്റെ രണ്ട് മൗലികാവശ്യങ്ങളിൽ–രാജ്യത്തെ എല്ലാ കുട്ടികൾക്കും സൗജന്യവും നിർ ബന്ധവുമായ പ്രാഥമിക വിദ്യാഭ്യാസവും ഉയർന്നതലത്തിലുള്ള വിദ്യാർഥി കൾക്ക് തൊഴിലധിഷ്ഠിത വിദ്യാഭ്യാസവും നൽകുന്നതിൽ ശ്രദ്ധപതി പ്പിക്കുന്നില്ല. നേരെമറിച്ച് ഈ നയം വിദ്യാർഥിസമൂഹത്തിൽ ഒരു ചെറു ന്യൂനപക്ഷത്തിന്റെ സമ്പന്നകുടുംബങ്ങളിൽ നിന്ന് വരുന്നവരും പ്രമാണി വർഗത്തിന് യോജിച്ച ഒരു വിദ്യാഭ്യാസം ലഭിക്കുന്നതിൽ തൽപ്പരുമായ വരുടെ ആവശ്യങ്ങൾ സജ്ജീകരിച്ചുകൊടുക്കാനുദ്ദേശിക്കപ്പെട്ടതാണ്.

അതുകൊണ്ടാണ് ഇന്ത്യൻ സമൂഹത്തിലെ ഭേദപ്പെട്ട വിഭാഗത്തിലെ കുട്ടികൾക്കുവേണ്ടിയുള്ള നവോദയ വിദ്യാലയങ്ങൾക്ക് ഊന്നൽ നൽകി യിട്ടുള്ളത്. ഈ നവോദയ വിദ്യാലയങ്ങളിൽനിന്നും മറ്റ് പ്രമാണിവർഗ വിദ്യാഭ്യാസ സ്ഥാപനങ്ങളിൽനിന്നും പുറത്തുവരുന്നവർ ഇന്ത്യൻ ജന

തയിൽ ബഹുഭൂരിപക്ഷം പേരും ഏറ്റെടുക്കേണ്ട തൊഴിലുകളിൽ –
ഭൗതിക സമ്പത്ത് സൃഷ്ടിക്കലുമായി നേരിട്ട് ബന്ധമുള്ള കൃഷിയും ബന്ധ
പ്പെട്ട വിഷയങ്ങളും വ്യാവസായികോൽപ്പാദനം മുതലായവയിൽ–സ്വയം
ഏർപ്പെടുമെന്ന് പ്രതീക്ഷിക്കപ്പെടുന്നവരല്ല. അങ്ങനെ അത് ബഹുഭൂരി
പക്ഷം ജനങ്ങൾക്കും പ്രയോജനകരമല്ലാത്തതും ഭരണതലത്തിൽ
'വെള്ളക്കോളർ' ജീവനക്കാരും ഉയർന്ന ആപ്പീസർമാരുമായിപരിശീലി
പ്പിക്കപ്പെടേണ്ട ഒരു ചെറുന്യൂനപക്ഷത്തിന്റെ ആവശ്യങ്ങൾ നിറവേറ്റാ
നുതകുന്നതും മാത്രമാണ്.

ഇത് നമ്മെ അനുസ്മരിപ്പിക്കുന്നത് ബ്രിട്ടീഷ് ഭരണാധികാരികൾ
രൂപപ്പെടുത്തിയ വിദ്യാഭ്യാസ സമ്പ്രദായത്തിന്റെ കർത്താവായ മെക്കാളെ
പ്രഭുവിന്റെ ലക്ഷ്യങ്ങളെയാണ്. ഉടുപ്പിലും നടപ്പിലും ചിന്താഗതിയിലും
സംസ്കാരത്തിലുമെല്ലാം – തൊലിയുടെ നിറമൊഴികെ മറ്റെല്ലാറ്റിലും
യൂറോപ്യൻ ഭരണാധികാരികളുടെ തനിപകർപ്പായ കുറെ ആളുകളുടെ
പരമ്പര സൃഷ്ടിക്കുകയാണ് തന്റെ ലക്ഷ്യമെന്ന കാര്യം മെക്കാളെ മറച്ചു
വെച്ചില്ല. മറ്റൊരുവിധത്തിൽ പറഞ്ഞാൽ ബ്രിട്ടീഷ് ഭരണാധികാരികൾ
രൂപപ്പെടുത്തിയ വിദ്യാഭ്യാസ സമ്പ്രദായത്തിന്റെ സ്രഷ്ടാവിന്റെ ഉദ്ദേശ്യം
ഭരണം നടത്തുവാനാവശ്യമായ ആപ്പീസർമാരെയും കീഴ്ജീവനക്കാ
രെയും വാർത്തെടുക്കുക എന്നതായിരുന്നു.

ബ്രിട്ടീഷ് ഭരണാധികാരികൾ രൂപപ്പെടുത്തിയ വിദ്യാഭ്യാസസമ്പ്ര
ദായത്തിന് തികച്ചും എതിരായ ഒരു വിദ്യാഭ്യാസ സമ്പ്രദായം സ്വാത
ന്ത്ര്യത്തിനുവേണ്ടിയുള്ള ദേശീയ പ്രസ്ഥാനം, അത് സാധാരണക്കാരെ
അഥവാ ദരിദ്രനാരായണൻമാരെന്ന് വിളിക്കപ്പെടുന്നവരെ ആശ്ലേഷിക്കാൻ
തുടങ്ങിയ ഘട്ടത്തിൽ വിശേഷിച്ചും, ആവിഷ്കരിക്കുകയുണ്ടായി–നൂറു
ശതമാനം സാക്ഷരത, മാതൃഭാഷ അധ്യയനമാധ്യമമാക്കൽ, തൊഴില
ധിഷ്ഠിത വിദ്യാഭ്യാസം ഇത്തരം ചില തത്വങ്ങളെ ആസ്പദമാക്കിയുള്ള
തായിരുന്നു ഈ ദേശീയ വിദ്യാഭ്യാസപരിപാടി.

മഹാത്മാഗാന്ധി 1920–ൽ ഏതാനും ദേശീയ വിദ്യാലയങ്ങൾ സ്ഥാപി
ക്കുകയും മുപ്പതുകളിൽ അടിസ്ഥാന വിദ്യാഭ്യാസം എന്നപേരിൽ ഒരു
വിദ്യാഭ്യാസപരിപാടി രൂപപ്പെടുത്തുകയും ചെയ്തു. അന്ധമായ മതവി
ശ്വാസത്തിന്റെ ചില അംശങ്ങൾ ഉണ്ടെന്നിരിക്കിലും ഗാന്ധിയൻ വിദ്യാ
ഭ്യാസ പദ്ധതിയും മറ്റ് ദേശീയ വിദ്യാഭ്യാസ പദ്ധതികളും ബ്രിട്ടീഷുകാർ
രൂപപ്പെടുത്തിയ വിദ്യാഭ്യാസ സമ്പ്രദായത്തെക്കാൾ മെച്ചപ്പെട്ടതായിരു
ന്നു. 'വെള്ളക്കോളർ' ജോലി ചെയ്യാൻ പറ്റുന്നവരെമാത്രം സൃഷ്ടിക്കുക
യെന്നതിലുപരി ഈ വിദ്യാഭ്യാസ പദ്ധതികളുടെ ലക്ഷ്യം വിദ്യാർഥിക
ളുടെ വ്യക്തിത്വ വികസനമായിരുന്നു. സ്വാതന്ത്ര്യസമരകാലത്ത് സ്ഥാപി
ക്കപ്പെട്ട ദേശീയ വിദ്യാലയങ്ങളുടെ രീതിയിൽ ഒരു പുതിയ വിദ്യാഭ്യാസ
സമ്പ്രദായത്തിന് കോൺഗ്രസ് ഭരണാധികാരികൾ തുടക്കം കുറിച്ചിരു
ന്നുവെങ്കിൽ സ്വതന്ത്രഇന്ത്യക്ക് വളരെയേറെ നേട്ടം കൈവരുമായിരുന്നു.

എന്നാൽ അത് ചെയ്തില്ല. കഴിഞ്ഞ 45 കൊല്ലത്തിനകം ഒട്ടേറെ
കമ്മീഷനുകൾ നിയമിക്കപ്പെടുകയും റിപ്പോർട്ടുകൾ സമർപ്പിക്കപ്പെടു

കയും ചില വിദ്യാഭ്യാസ പരിഷ്കാരങ്ങൾ നടപ്പാക്കുകയുമൊക്കെ ചെയ്തുവെങ്കിലും ജനങ്ങളിൽ ഭൂരിഭാഗവും ഇന്നും നിരക്ഷരരായി തുട രുന്നു. ബ്രിട്ടീഷ് ഇന്ത്യൻ സംസ്ഥാനങ്ങളും നാട്ടുരാജ്യങ്ങളും പുനഃസം ഘടിപ്പിച്ച് ഭാഷാ സംസ്ഥാനങ്ങൾ രൂപീകരിക്കപ്പെട്ടിട്ട് 36 കൊല്ലം കഴി ഞ്ഞുവെങ്കിലും എല്ലാ നിലവാരത്തിലും മാതൃഭാഷ ഇന്ന് ബോധനമാ ധ്യമമാക്കപ്പെട്ടിട്ടില്ല. നമ്മുടെ വിദ്യാഭ്യാസ സ്ഥാപനങ്ങളിൽ കോളെജ്-സർവകലാശാലാ തലങ്ങളിൽ പ്രത്യേകിച്ചും, ഇംഗ്ലീഷിന്റെ ആധിപത്യം തുടരുന്നു. സ്കൂളുകളിലും കോളെജുകളിലും നൽകിവരുന്ന വിദ്യാഭ്യാ സത്തിന്റെ ഉള്ളടക്കമാകട്ടെ, ഉൽപ്പാദനക്ഷമമായ തൊഴിലിൽ ഏർപ്പെ ടാൻ കഴിയത്തക്കവിധം പ്രയോജനപ്രദമായ പൗരന്മാരെ പരിശീലിപ്പി ച്ചെടുക്കാൻ ഉതകുന്നതരത്തിലുള്ളതല്ലതാനും. മാനവശേഷി വികസന മന്ത്രിയെന്ന നിലയിൽ നരസിംഹറാവു ആവിഷ്കരിച്ച പുതിയ വിദ്യാ ഭ്യാസ സമ്പ്രദായം ബ്രിട്ടീഷുകാർ രൂപപ്പെടുത്തിയ വിദ്യാഭ്യാസ പാരമ്പ ര്യത്തിൽ കടുകിട മാറ്റം വരുത്തിയിട്ടില്ല. ഇന്ത്യയിലെ മറ്റെല്ലാ ജനവിഭാ ഗങ്ങളെയുമെന്നപോലെ വിദ്യാർഥികളും ഈ വിദ്യാഭ്യാസ സമ്പ്രദായ മാകെ മാറ്റിത്തീർക്കുന്നതിൽ തൽപ്പരരാണ്. അധ്യാപകരും രക്ഷിതാക്ക ളുമായി ചേർന്നുകൊണ്ട് അവർ ഈ വിദ്യാഭ്യാസസമ്പ്രദായമാകെ പൊളി ച്ചെഴുതുന്നതിനുവേണ്ടി പോരാടുന്നു. അതിനാൽ തങ്ങളുടെ അവശത കൾക്കെതിരായി ശബ്ദമുയർത്താനും അതിന് പരിഹാരം കാണുന്നതി നുവേണ്ടി പോരാടാനും അവർക്കവകാശമുണ്ട്.

സംഘടിത വിദ്യാർഥി പ്രസ്ഥാനം 1936-ൽ രൂപംകൊണ്ടതുതൊട്ട് എക്കാലവും വിദ്യാഭ്യാസാവശ്യങ്ങൾക്ക് രൂപംനൽകിപ്പോന്നിട്ടുണ്ട്. രാജ്യ ത്തിന് പ്രയോജനപ്രദമായ പൗരന്മാരെന്ന നിലയ്ക്കുള്ള വിദ്യാർഥികളുടെ സർവതോമുഖമായ വളർച്ചയ്ക്ക് സഹായകരമായ തരത്തിലുള്ള വിദ്യാ ഭ്യാസം ലഭിക്കുകയെന്ന പ്രശ്നവുമായി ബന്ധപ്പെട്ടതാണ് ഈ ആവ ശ്യങ്ങൾ. അതുകൊണ്ട് സർക്കാർ നിയന്ത്രിത വിദ്യാഭ്യാസ സ്ഥാപനങ്ങ ളുടെ ഉദ്യോഗസ്ഥമേധാവിത്വപരമായ നടപടിക്രമങ്ങളെയും സ്വാർഥ താൽപ്പര്യത്തോടെയുള്ള സ്വകാര്യവിദ്യാഭ്യാസസ്ഥാപനങ്ങളുടെ പ്രവർ ത്തനങ്ങളെയും നിശിതമായെതിർക്കുന്നതാണവ. ജനാധിപത്യപരമായ ഒരു വിദ്യാഭ്യാസസമ്പ്രദായം ജനാധിപത്യാവകാശങ്ങളും പൗരസ്വാത ന്ത്ര്യങ്ങളും ഉള്ള പൗരൻമാരെന്ന നിലയ്ക്കുവേണം വിദ്യാർഥികളെയും അധ്യാപകരെയും കൈകാര്യം ചെയ്യാൻ. ഈ അവകാശങ്ങൾക്കും സ്ഥാനങ്ങൾക്കും നേർക്കുള്ള ഏതൊരാക്രമണത്തെയും വിദ്യാർഥി സമൂഹം മറ്റെല്ലാ ജനാധിപത്യ ജനവിഭാഗങ്ങളുടെയും ജനാധിപത്യ പ്രസ്ഥാനങ്ങളുടെയും പിന്തുണയോടെ ഉറച്ചുനിന്നെതിർക്കും.

അതേപോലെ തന്നെ കേന്ദ്ര-സംസ്ഥാന ഗവൺമെന്റുകളുടെ സാമൂ ഹ്യ-സാമ്പത്തിക നയങ്ങളിലും വിദ്യാർഥികൾക്ക് താൽപ്പര്യമുണ്ട്. എന്തു കൊണ്ടെന്നാൽ വിദ്യാഭ്യാസം പൂർത്തിയാക്കിയശേഷം ഉൽപ്പാദനക്ഷമ മായ തൊഴിൽ നേടുവാനുള്ള സാധ്യത ഈ നയങ്ങളെ ആശ്രയിച്ചിരി ക്കുന്നു. പഞ്ചവത്സരപദ്ധതികൾ ഒന്നൊന്നായി ആവിഷ്കരിച്ച് നടപ്പാക്കി

യെങ്കിലും ഓരോ കൊല്ലവും വിദ്യാഭ്യാസസ്ഥാപനങ്ങൾ വിട്ട് പുറത്തു വരുന്നവർക്ക് തൊഴിൽ ലഭ്യമാക്കുന്നതിൽ കാര്യമായി ഒന്നും ചെയ്യാൻ കഴിഞ്ഞിട്ടില്ല. പ്രധാനമന്ത്രിയെന്ന നിലയ്ക്ക് നരസിംഹറാവുവും ധന കാര്യമന്ത്രിയെന്ന നിലയ്ക്ക് മൻമോഹൻസിങ്ങും രൂപപ്പെടുത്തിയ പുതിയ സാമ്പത്തിക നയമാകട്ടെ, കൊല്ലംതോറും വിദ്യാഭ്യാസസ്ഥാപനങ്ങ ളിൽനിന്ന് പുറത്തുവരുന്ന പതിനായിരക്കണക്കിന് തൊഴിൽ അന്വേഷ കരെ സംബന്ധിച്ചിടത്തോളം ഇന്നുള്ള തൊഴിൽസാധ്യതയുടെ നേർക്ക് തന്നെയും കൂടുതൽ കടന്നാക്രമണം നടത്തിയിരിക്കയാണ്.

പുതിയ സാമ്പത്തികനയം യഥാർഥത്തിൽ ആയിരക്കണക്കിനാളു കളെ തൊഴിൽരംഗത്തു നിന്ന് പുറന്തള്ളുകയും കൊല്ലംതോറും പുതു തായി തൊഴിൽ കമ്പോളത്തിൽ പ്രവേശിക്കുന്നവരുടെ തൊഴിൽസാധ്യത കുറയ്ക്കുകയും ചെയ്യുന്നതിൽ വിജയിച്ചിരിക്കയാണ്. അതിന്റെ ഫലമായി ലക്ഷക്കണക്കിന് വ്യവസായത്തൊഴിലാളികളും കർഷകത്തൊഴിലാളി കളും ഇടത്തരം ജീവനക്കാരും മറ്റധ്വാനിക്കുന്ന ജനവിഭാഗങ്ങളും നര സിംഹറാവു ഗവൺമെന്റിന്റെ പുതിയ സാമ്പത്തികനയത്തിനെതിരെ രംഗ ത്തിറങ്ങാൻ പ്രേരിതരായിരിക്കയാണ്. ഇന്നത്തെ വിദ്യാർഥികൾ നാളത്തെ തൊഴിലന്വേഷകരാകയാൽ നരസിംഹറാവു ഗവൺമെന്റിന്റെ പുതിയ സാമ്പത്തികനയത്തെക്കുറിച്ച് ചർച്ചചെയ്യാനും മറ്റ് ജനവിഭാഗങ്ങളോ ടൊപ്പം ചേർന്ന് ആ നയം മാറ്റണമെന്നാവശ്യപ്പെടാനും അവർക്ക് തികച്ചും അർഹതയുണ്ട്. നരസിംഹറാവു ഗവൺമെന്റിന്റെ വിദ്യാഭ്യാസ-സാമ്പ ത്തിക നയങ്ങളെക്കുറിച്ച് ചർച്ചചെയ്യാൻ വിദ്യാർഥികൾക്കുള്ള അവകാശം ഒരു ജനാധിപത്യവാദിക്കും നിഷേധിക്കാനാവില്ല. അവരുടെ ഇന്നത്തെയും നാളത്തെയും ജീവിതവുമായി അടുത്ത ബന്ധമുള്ളതാണ് ആ നയങ്ങൾ.

കേന്ദ്രത്തിലെയും സംസ്ഥാനങ്ങളിലെയും കോൺഗ്രസ് ഗവൺ മെന്റുകൾ പിന്തുടർന്നുവരുന്ന സാമ്പത്തികനയവും വിദ്യാഭ്യാസസമ്പ്ര ദായവും വിദ്യാർഥികൾക്ക് മാത്രം താൽപ്പര്യമുള്ള വിഷയങ്ങളല്ല. നേരെ മറിച്ച് വിദ്യാഭ്യാസസമ്പ്രദായം പൊളിച്ചെഴുതുന്നതിലും രാജ്യത്തെ അഭി വൃദ്ധിയിലേക്കും ക്ഷേമത്തിലേക്കും നയിക്കത്തക്കവിധം സാമൂഹ്യ-സ മ്പത്തിക നയങ്ങൾ ആവിഷ്കരിച്ച് നടപ്പാക്കുന്നതിലും ഇന്ത്യൻ ജനതയ്ക്കാകെ താൽപ്പര്യമുണ്ട്. അതുകൊണ്ടാണ് വ്യവസായത്തൊഴി ലാളികളും കർഷകത്തൊഴിലാളികളും തൊട്ട് എല്ലാ വർഗങ്ങളും സമൂ ഹത്തിലെ എല്ലാ വിഭാഗങ്ങളും സംഘടിച്ച് ആവശ്യങ്ങൾക്ക് രൂപംനൽകി അവ നേടിയെടുക്കുന്നതിനുവേണ്ടി പോരാടുന്നത്. വർഗ-ബഹുജനസം ഘടനകൾ ഉയർന്നുവരികയും ഇവയോരോന്നും അതാത് വർഗത്തിന്റെ യോ അഥവാ സാമൂഹ്യ വിഭാഗത്തിന്റെയോ ആവശ്യങ്ങൾ നേടിയെടു ക്കുന്നതിനുവേണ്ടി പോരാടുകയും ചെയ്യുകയെന്നത് സ്വാതന്ത്ര്യാനന്തര ഇന്ത്യയിൽ രൂപംകൊണ്ട സാമൂഹ്യ-രാഷ്ട്രീയ വ്യവസ്ഥയുടെ ക്രിയാത്മ കമായ മുഖ്യ സവിശേഷതയാണ്.

രാജ്യത്തിനകത്തും പുറത്തും ഇന്ന് ആഞ്ഞടിക്കുന്ന വൻരാഷ്ട്രീയ പോരാട്ടത്തിൽ സമൂഹത്തിന്റെ മറ്റ് ജനവിഭാഗങ്ങളുടെയും വർഗങ്ങളു ടെയും ബഹുജനസംഘടനകളെന്നപോലെ വിദ്യാർഥിസംഘടനകളും

പങ്കാളികളാണ്.

ഇടതുപക്ഷ മതനിരപേക്ഷ ജനാധിപത്യ ശക്തികളുടെ വളർന്നുവ രുന്ന ഐക്യം ഒരു വശത്ത് കോൺഗ്രസ് ഗവൺമെന്റിന്റെ ജനവിരുദ്ധ-ദേശീയവിരുദ്ധ നയങ്ങൾക്കെതിരായും മറുവശത്ത് ദേശീയയൈക്യവും സാമുദായിക സൗഹാർദവും കാത്തുരക്ഷിച്ചുകൊണ്ട് അതിനു നേരെ ഭൂരിപക്ഷ-ന്യൂനപക്ഷ വർഗീയവാദികൾ അഴിച്ചുവിട്ട ആക്രമണത്തിനെ തിരായും പോരാടിക്കൊണ്ടിരിക്കയാണ്. ഈ പോരാട്ടത്തിൽനിന്ന് വിദ്യാർഥിസമൂഹത്തിനും വിട്ടുനിൽക്കാനാവില്ല. എന്തുകൊണ്ടെന്നാൽ വിദ്യാർഥികൾ ഇന്ത്യൻ ജനതയിൽ ഒരു ഗണ്യമായ വിഭാഗമാണെന്ന തിനു പുറമെ രാജ്യത്ത് നടക്കുന്ന രാഷ്ട്രീയ സംഭവവികാസങ്ങൾ അവ രുടെ ദൈനംദിന ജീവിതത്തെ രൂക്ഷമായി ബാധിക്കുന്നതാണുതാനും.

അതുപോലെ തന്നെ ലോക സോഷ്യലിസത്തിന് താൽക്കാലികമാ യുണ്ടായ തിരിച്ചടി, ലോകവ്യാപകമായി സോഷ്യലിസ്റ്റ് ശക്തി വീണ്ടും കെട്ടിപ്പടുക്കൽ ഇത്തരത്തിലുള്ള സാർവദേശീയ സംഭവവികാസങ്ങളിലും വിദ്യാർഥികൾക്ക് അതിയായ ഉൽക്കണ്ഠയുണ്ട്. പുരോഗമന ജനാധിപത്യ പ്രസ്ഥാനത്തിലെ ഇതര വിഭാഗങ്ങളെന്നപോലെ വിദ്യാർഥി പ്രസ്ഥാനവും രാജ്യത്തിനകത്തും പുറത്തുമുള്ള പുരോഗതിയെ ഉറ്റുനോക്കുന്ന ജനാ ധിപത്യശക്തികളെ യൂറോപ്യൻ രാജ്യങ്ങളിലും ഏഷ്യൻ രാജ്യങ്ങളിലും സോഷ്യലിസം കെട്ടിപ്പടുക്കുന്നതിലെ ക്രിയാത്മകവും നിഷേധാത്മക വുമായ അനുഭവപാഠങ്ങളെ ആസ്പദമാക്കി ലോകസോഷ്യലിസ്റ്റ് പ്രസ്ഥാ നത്തിന്റെ പുനർനിർമാണത്തിൽ ഏർപ്പെട്ട ശക്തികളെ, തിരിച്ചറിയണം.

ഈ കാഴ്ചപ്പാടോടെ വേണം വിദ്യാർഥിസംഘടനകൾ ഒന്നല്ലെങ്കിൽ മറ്റൊരു രാഷ്ട്രീയപ്പാർട്ടിയുടെ നേർക്ക് തിരിയാൻ. ഇക്കാരണത്താൽ തന്നെ വിദ്യാർഥികൾ ഉചിതമെന്ന് തങ്ങൾ കരുതുന്ന രാഷ്ട്രീയപാർട്ടിക ളുമായി ബന്ധപ്പെടുകയും അതിൽ ചേരുകയും വേണം. രാഷ്ട്രീയത്തിന്റെ ഇപ്പറഞ്ഞ രണ്ട് പ്രത്യക്ഷ രൂപങ്ങളും വിദ്യാർഥികളെ സ്വാധീനിക്കുന്ന തിനെയാണ് കാമ്പസ് രാഷ്ട്രീയമായി ചിലർ ചിത്രീകരിക്കുന്നത്. വിദ്യാർഥി കൾ ഇന്ത്യയിലെ ജനസംഖ്യയിൽ ഒരു ഗണ്യമായ വിഭാഗമാകയാൽ അവർ വിദ്യാർഥി രാഷ്ട്രീയത്തിൽ ഏർപ്പെടുന്നത് സ്വാഭാവികം മാത്രമാ ണ്. രാഷ്ട്രീയപ്രവർത്തനത്തിൽ പങ്കെടുക്കുമ്പോൾ ഇന്ന് പല രാഷ്ട്രീയ നേതാക്കളും ഏർപ്പെട്ടിട്ടുള്ള രാഷ്ട്രീയക്കളിയായി അത് അധഃപതിക്കാതെ നോക്കണം. വിവിധ രാഷ്ട്രീയവിദ്യാർഥി സംഘടനകൾ വിവിധ രാഷ്ട്രീയ പാർട്ടികളോട് കൂറുപുലർത്തുന്നതും വിദ്യാർഥികളെ രാഷ്ട്രീയ പാർട്ടിക ളിലേക്ക് റിക്രൂട്ട്ചെയ്യുന്നതും വിദ്യാർഥി സമൂഹത്തിന്റെ സാമൂഹ്യവും രാഷ്ട്രീയവും സാംസ്കാരികവും ബൗദ്ധികവുമായ നിലവാരം ഉയർത്തു കയെന്ന കാഴ്ചപ്പാടോടെയാവണം. ഒരു ജനാധിപത്യ രാജ്യത്തിലെ പ്രയോജനപ്രദമായ പൗരന്മാരാക്കി അവരെ വളർത്താൻ അത് മാത്രമേ സഹായകമാവുകയുള്ളൂ.

വിദ്യാർഥി പ്രസ്ഥാനം ഇന്നലെ ഇന്ന് നാളെ
ചിന്ത പബ്ലിഷേഴ്സ്, ഡിസംബർ 1992

22

ജനാധിപത്യാവകാശങ്ങൾക്കെതിരായ ആക്രമണം

വിദ്യാർഥി രാഷ്ട്രീയത്തെക്കുറിച്ച് പുകമറ പരത്തുകയാണല്ലോ നമ്മുടെ വിരുദ്ധ രാഷ്ട്രീയക്കാർ. അവർ ആവശ്യപ്പെടുന്നതാകട്ടെ, ഇന്ത്യൻ ജനതയ്ക്കാകെ നമ്മുടെ ഭരണഘടന നൽകുന്ന പ്രാഥമിക പൗരാവകാ ശങ്ങൾ വിദ്യാർഥികൾക്കു നിഷേധിക്കണമെന്നാണുതാനും.

പ്രസംഗസ്വാതന്ത്ര്യം പത്രസ്വാതന്ത്ര്യം മുതലായ പ്രാഥമിക പൗര വകാശങ്ങൾക്കൊപ്പം എല്ലാ ജനവിഭാഗങ്ങൾക്കും സംഘടനാ സ്വാതന്ത്ര്യ വുമുണ്ടെന്ന് ഭരണഘടന വ്യവസ്ഥപ്പെടുത്തിയിട്ടുണ്ട്. അതുകൊണ്ടാണ് വിദ്യാഭ്യാസ മേഖലയിൽ തിരഞ്ഞെടുക്കപ്പെട്ട സംഘടനകളും ഭാരവാ ഹികളും ഉണ്ടായിട്ടുള്ളത്. അതിന്റെ ഭാഗമാണ് സ്കൂളുകളിലും കോളേ ജുകളിലും സർവകലാശാലകളിലും വിവിധ വിദ്യാർഥി സംഘടനകൾ താന്താങ്ങളുടെ നിലപാടു വ്യക്തമാക്കിക്കൊണ്ട് തിരഞ്ഞെടുപ്പിൽ മത്സ രിക്കുന്നത്.

ഈ തിരഞ്ഞെടുപ്പുകൾ നടക്കുമ്പോൾ ആദ്യകാലത്തു കോൺഗ്ര സിന്റെ വിദ്യാർഥിസംഘടനയായ കെ എസ് യു വിനു ഭൂരിപക്ഷം ലഭിച്ചിരുന്നു. എന്നാൽ അടുത്തകാലത്ത് സ്ഥിതിയാകെ മാറിയിരിക്കുക യാണ്. കെ എസ് യു വിനും കൂട്ടർക്കും മുമ്പുണ്ടായിരുന്ന സ്വാധീനം ഇന്ന് എസ് എഫ് ഐ യ്ക്കും സഹോദര വിദ്യാർഥി സംഘടനകൾക്കുമാണ്. അതിൽ സ്വാഭാവികമായി ഉണ്ടാവുന്ന അസഹിഷ്ണുതയാണ് 'വിദ്യാർഥി രാഷ്ട്രീയ'ത്തിന്റെ പേരിൽ പുറത്തുചാടുന്നത്.

എസ് എഫ് ഐയും കെ എസ് യുവുമടക്കം വിദ്യാർഥി സംഘടന കൾ നടത്തുന്ന പ്രവർത്തനം കുറ്റമറ്റതാണെന്നു സത്യസന്ധനായ ഒരാളും അവകാശപ്പെടുകയില്ല. വിദ്യാലയ തിരഞ്ഞെടുപ്പുകളിൽ തെറ്റായ പല പ്രവണതകളും പ്രകടമാവാറുണ്ടെന്നതു നേരാണ്. അത് തിരുത്തി

ക്കാൻ രാഷ്ട്രീയ പാർട്ടികളടക്കം ജനാധിപത്യസംഘടനകൾക്കു കടമ യുണ്ടുതാനും. പക്ഷെ, ചിലയിടത്തു ചിലപ്പോൾ നടക്കാൻ പാടില്ലാത്ത ചിലതു നടക്കുന്നുവെന്ന പേരിൽ വിദ്യാലയാന്തരീക്ഷത്തെ "രാഷ്ട്രീയ വിമുക്ത"മാക്കണമെന്നു വാദിക്കുന്നത് തികച്ചും യുക്തിഹീനമാണ്.

ഇവിടെ ഒരു കാര്യം എടുത്തുപറയേണ്ടതുണ്ട്. ലോകമാന്യതിലക ന്റെയും മഹാത്മാഗാന്ധിയുടെയും ജവഹർലാൽ നെഹ്റുവിന്റെയും നേ തൃത്വത്തിലായിരുന്ന കോൺഗ്രസ് ഒരിക്കലും വിദ്യാർഥി രാഷ്ട്രീയത്തെ തള്ളിപ്പറഞ്ഞിട്ടില്ല. മറ്റെല്ലാജനവിഭാഗങ്ങളുമെന്നപോലെ വിദ്യാർഥികളും രാഷ്ട്രീയകാര്യങ്ങളിൽ തൽപ്പരരാവണമെന്നു അവർ നിർദേശിച്ചിരുന്നു.

എന്തിനേറെ, സാമ്രാജ്യ വിരുദ്ധ പ്രസ്ഥാനത്തിന്റെ ഭാഗമായി അഖി ലേന്ത്യാ വിദ്യാർഥി ഫെഡറേഷനു രൂപംനൽകിയ സമ്മേളനം ഉൽഘാ ടനം ചെയ്തത് ജവഹർലാൽ നെഹ്റുവായിരുന്നു. വിദ്യാർഥികൾക്കു മാത്രം രാഷ്ട്രീയം പാടില്ല. എന്ന നിലപാട് നമ്മുടെ ദേശീയ പാരമ്പര്യ ത്തിനാകെ എതിരാണ്.

വിദ്യാർഥികളുടെ സർവതോമുഖമായ പുരോഗതിക്ക് അടിത്തറ പാകലാണല്ലോ വിദ്യാഭ്യാസത്തിന്റെ ലക്ഷ്യം. വിദ്യാലയജീവിതമവസാ നിച്ച് പുറത്തു വരുന്ന യുവതീ യുവാക്കൾക്ക് സ്വകാര്യ ജീവിതത്തോ ടൊപ്പം പൊതുജീവിതംകൂടി നയിക്കാനുള്ള കഴിവുണ്ടാക്കുന്നതു വിദ്യാ ഭ്യാസത്തിന്റെ അഭേദ്യഭാഗമാണ്. ആ തയാറെടുപ്പിൽ ഒരു പ്രധാന ഘട കമാണ് രാഷ്ട്രീയ വിജ്ഞാനവും രാഷ്ട്രീയപ്രവർത്തനത്തിൽ പ്രായോ ഗികമായ പരിശീലനവും.

അതുകൊണ്ടാണ് വിദ്യാലയങ്ങളിൽ പാർലമെന്റുകളുടെ പേരിലും മറ്റും സംഘടനകളുണ്ടാകുന്നത്. അവയുടെ പ്രവർത്തനം ഭാവിജീവിത ത്തിനുള്ള തയാറെടുപ്പിൽ വിദ്യാർഥികളെ സജ്ജരാക്കും. അതിൽനിന്നു വിദ്യാർഥികളെ ഒഴിച്ചുനിർത്താനാണ് വിദ്യാർഥി രാഷ്ട്രീയ വിരോധികൾ ശ്രമിക്കുന്നത്.

സ്റ്റുഡന്റ് മാസിക, ജനുവരി 1997

23

സ്വതന്ത്ര യുവജനപ്രസ്ഥാനം
പരിപ്രേക്ഷ്യവും യാഥാർഥ്യവും

മറ്റുവർഗബഹുജനസംഘടനകളെന്നപോലെ യുവജനപ്രസ്ഥാ നവും ജാതി-മത സംഘടനകളിൽനിന്നും രാഷ്ട്രീയപ്പാർട്ടികളിൽനിന്നും സ്വതന്ത്രമായി യുവജനങ്ങളുടെ പ്രശ്നങ്ങൾ കൈകാര്യം ചെയ്യുന്ന സംവിധാനമായാണ് പ്രവർത്തിക്കേണ്ടത്. ഏതെങ്കിലും ഒരു രാഷ്ട്രീയ പാർട്ടിയുടെയോ ജാതി-മതസംഘടനയുടെയോ ഉപഗ്രഹമായല്ലാതെ എല്ലാ പാർട്ടികളിലും ജാതി-മത വിഭാഗങ്ങളിലുംപെടുന്ന യുവാക്കളെ നേരിടുന്ന പൊതുപ്രശ്നങ്ങളുടെ അടിസ്ഥാനത്തിൽ പ്രവർത്തിക്കുന്ന സംഘടനകളായി വേണം മറ്റു വർഗബഹുജന സംഘടനകളെന്നപോലെ യുവജനസംഘടനയും പ്രവർത്തിക്കാൻ.

സ്വാതന്ത്ര്യലബ്ധിക്കുമുമ്പ് ഇത്തരം വർഗബഹുജനസംഘടനകൾ രാജ്യത്താകെ പ്രവർത്തിച്ചിരുന്നു. വ്യവസായതൊഴിലാളികളുടെ ഐ എൻ ടി യു സി, കൃഷിക്കാരുടെ കിസാൻ സഭ, വിദ്യാർഥികളുടെ ഫെഡ റേഷൻ മുതലായ വർഗ-ബഹുജനസംഘടനകളിൽ വിവിധ ജാതി-മ തവിഭാഗങ്ങളിൽപ്പെട്ടവരും വിവിധ രാഷ്ട്രീയപാർട്ടികളോട് കൂറുള്ളവരും പ്രവർത്തിച്ചിരുന്നു. ആ അടിസ്ഥാനത്തിൽ വർഗ ബഹുജനസംഘടനകളെ ഒന്നിപ്പിച്ചുനിർത്താനുള്ള ബോധപൂർവമായ ശ്രമം അന്നു നടന്നിരുന്നു.

ഇതിൽ കാര്യമായ മാറ്റം വന്നത് ക്വിറ്റിന്ത്യാ സമരത്തോടുകൂടിയാണ്. ആ സമരത്തിന്റെ കാര്യത്തിൽ കമ്യൂണിസ്റ്റു പാർട്ടി അംഗീകരിച്ച നയ ത്തോടുള്ള എതിർപ്പുനിമിത്തം എ ഐ ടി യു സി മുതലായ സംഘടന കൾ കോൺഗ്രസുകാർ രൂപപ്പെടുത്തി. തുടർന്നു കോൺഗ്രസിന്റെതായ സ്വന്തം വർഗബഹുജനസംഘടനകൾ രാജ്യത്താകെ രൂപപ്പെടാൻ തുട ങ്ങി. കോൺഗ്രസിതര പാർട്ടികളാകട്ടെ, ഓരോന്നും ഭിന്നിക്കുമ്പോൾ അവ യുടെ നേതൃത്വത്തിലുള്ള വർഗബഹുജനസംഘടനകളും വിഭജിക്കാൻ

തുടങ്ങി. ഓരോ രാഷ്ട്രീയ പാർട്ടിക്കും അതിന്റെ സ്വന്തമായ പോഷക സംഘടനകൾ വിവിധ വർഗങ്ങളിലും ജനവിഭാഗങ്ങളിലും ഉണ്ടാവുക യെന്ന സ്ഥിതി വന്നു.

ഈ പ്രതിഭാസത്തോടു വിയോജിപ്പുള്ള സി പി ഐ (എം) 1964ലെ ഭിന്നിപ്പിനെ തുടർന്നു സംയുക്ത എ ഐ ടി യു സിയിലും എ ഐ കെ എസിലും എ ഐ എസ് എഫിലും അഖിലേന്ത്യാ മഹിളാഫെഡറേഷ നിലും പ്രവർത്തിക്കുക എന്ന കാഴ്ചപ്പാടോടെ വർഗബഹുജനസംഘട നകളുടെ ഐക്യം നിലനിർത്താൻ ശ്രമിച്ചു. നിർഭാഗ്യവശാൽ അതു നട ന്നില്ല. അതുകൊണ്ട് ട്രേഡ് യൂണിയൻ രംഗത്ത് സി ഐ ടി യു മുത ലായ വർഗസംഘടനകൾ രൂപപ്പെടുത്താൻ സി പി ഐ (എം) നിർബ ന്ധിക്കപ്പെട്ടു.

പിന്നീട് വിവിധ രാഷ്ട്രീയപാർട്ടികളുടെ നേതൃത്വത്തിലുള്ള വർഗ ബഹുജനസംഘടനകൾ യോജിച്ചുപ്രവർത്തിക്കുക എന്ന രീതി വന്നു. കോൺഗ്രസ് നേതൃത്വത്തിലുള്ള വർഗബഹുജനസംഘടനകൾപോലും ചിലപ്പോൾ യോജിച്ച പ്രവർത്തനത്തിന് തയാറായി. കൂടാതെ സംഘട നാപരമായി തന്നെ പുനരേകീകരിക്കുന്നതിന്റെ ആവശ്യം സി പി എമ്മിനു ബോധ്യപ്പെട്ടു. അതിന്റെ ഫലമായി ട്രേഡ് യൂണിയൻ രംഗത്ത് രണ്ടു നിർദേശങ്ങൾ ഉന്നയിക്കപ്പെട്ടു.

ഒന്നാമത്, വിവിധ ട്രേഡ് യൂണിയൻ സംഘടനകൾ സ്വതന്ത്രമായി നിലനിൽക്കുമ്പോൾ തന്നെ അവയുടെ പ്രവർത്തനം എകീകരിക്കുന്ന തിനുവേണ്ടി എല്ലാ ട്രേഡ് യൂണിയൻ സംഘടനകളും ചേർന്ന് ഒരു കോൺഫെഡറേഷൻ ഉടൻ രൂപീകരിക്കണം.

രണ്ടാമത്, ആത്യന്തികമായി ഒരു വ്യവസായത്തിന് ഒരു യൂണിയൻ, അഖിലേന്ത്യാതലത്തിലും പ്രാദേശികതലങ്ങളിലും ഒരൊറ്റ ട്രേഡ് യൂണി യൻ സംഘടന എന്ന സ്ഥിതിയിലേക്ക് നീങ്ങാൻ ശ്രമിക്കണം.

ഓരോ പാർട്ടിക്കും അതാതിന്റെ പോഷകസംഘടന എന്ന നിലയ്ക്ക് ട്രേഡ് യൂണിയൻ സംഘടന ഉണ്ടാവുക എന്ന സ്ഥിതി അവസാനിപ്പിച്ച് എല്ലാ ജാതിമതവിഭാഗങ്ങളിലും രാഷ്ട്രീയ പാർട്ടികളിലുംപെട്ട തൊഴി ലാളികളുടെ പൊതുട്രേഡ് യൂണിയൻ സംഘടനനിലവിൽ വരണമെ ന്നർഥം.

ട്രേഡ്യൂണിയൻ രംഗത്തെന്നപോലെ മറ്റു രംഗങ്ങളിൽ ഇത്രവ്യക്ത മായ കാഴ്ചപ്പാട് ഉണ്ടായിട്ടില്ല. പക്ഷേ, അതാവശ്യമാണെന്നു എനിക്കു തോന്നുന്നു.

എന്തുകൊണ്ടെന്നാൽ, മറ്റധ്വാനിക്കുന്ന ബഹുജനങ്ങളും സ്വന്തം സംഘടനയുണ്ടാക്കുന്നത് ഏതെങ്കിലുമൊരു രാഷ്ട്രീയ പാർട്ടിയെ പോഷി പ്പിക്കാനല്ല, സ്വന്തം വർഗത്തിന്റെയോ ജനവിഭാഗത്തിന്റെയോ താൽപ്പര്യം സംരക്ഷിക്കാനാണ്. ഏതെങ്കിലുമൊരു രാഷ്ട്രീയപാർട്ടിയുടെയോ ജാതി മതസംഘടനയുടെയോ പോഷകസംഘടനയായി പ്രവർത്തിക്കുന്നത് ഓരോ വർഗത്തിന്റെയും ജനവിഭാഗത്തിന്റെയും ശത്രുക്കളെ മാത്രമെ സഹായിക്കൂ.

വർഗബഹുജനസംഘടനകളുടെ പ്രവർത്തനത്തിൽ രാഷ്ട്രീയപാർട്ടി കൾക്കു യാതൊരു പങ്കും ഇല്ലെന്നല്ല ഇതിനർഥം. ഇടതുപക്ഷ മതനിര പേക്ഷ ജനാധിപത്യകക്ഷികൾക്ക് തീർച്ചയായും വർഗബഹുജനസംഘ ടനകളുടെ പ്രവർത്തനത്തിൽ താൽപ്പര്യമുണ്ട്. അവർക്കെല്ലാം പ്രവർത്തി ക്കാവുന്ന രീതിയിലായിരിക്കണം വർഗബഹുജനസംഘടനകൾ പ്രവർത്തിക്കാൻ.

പക്ഷേ, ഓരോ വർഗബഹുജനസംഘടനയ്ക്കും സ്വന്തമായ ഭരണ ഘടന, ചട്ടങ്ങളും നടപടിക്രമങ്ങളും എന്നിവയുണ്ട്. അവയ്ക്കു കീഴ്പ്പെ ട്ടുകൊണ്ടുവേണം രാഷ്ട്രീയപ്പാർട്ടിക്കാരടക്കം വർഗബഹുജനസംഘടന കളിലെ രാഷ്ട്രീയപ്രവർത്തകർ പ്രവർത്തിക്കാൻ.

രാഷ്ട്രീയപാർട്ടികളും അവയുടെ നേതാക്കളും വർഗബഹുജനസം ഘടനകളിൽ ചെലുത്തുന്ന സ്വാധീനം രാഷ്ട്രീയവും ആശയപരവുമായി രിക്കണം, സംഘടനാതലത്തിൽ ഓരോ വർഗബഹുജനസംഘടനയും സ്വതന്ത്രമായി പ്രവർത്തിക്കണം. ആ സ്വാതന്ത്ര്യം വകവച്ചുകൊടുക്കാൻ ഓരോ രാഷ്ട്രീയപ്പാർട്ടിയും തയാറാവണം.

പറയാനെളുപ്പമാണെങ്കിലും ഈ കാഴ്ചപ്പാടനുസരിച്ച് പ്രവർത്തി ക്കാൻ ഇന്നു വിഷമങ്ങളുണ്ട്. അരനൂറ്റാണ്ടോളം കാലത്തെ പഴക്കമുള്ള പോഷകസംഘടനാപാരമ്പര്യം അവസാനിപ്പിച്ച് സ്വതന്ത്രമായ വർഗബ ഹുജനസംഘടനകളുടെ പ്രവർത്തനം, അതിൽ ആശയപരവും രാഷ്ട്രീ യനയപരവുമായ സ്വാധീനം ചെലുത്താൻ ഓരോ രാഷ്ട്രീയപാർട്ടിക്കും അവകാശം എന്ന കാഴ്ചപ്പാടോടെ പ്രവർത്തിക്കാൻ വൈകാരികമായ തടസങ്ങൾ ഇന്നുണ്ട്. അവ തട്ടിനീക്കാൻ ബോധപൂർവമായ ശ്രമം നട ത്തിയാൽ മാത്രമെ സ്വതന്ത്രമായ വർഗബഹുജനസംഘടന എന്ന ആശയം പ്രാവർത്തികമാക്കാൻ കഴിയു.

യുവധാര, സെപ്തംബർ-ഒക്ടോബർ 1994

24

തലമുറകൾ തമ്മിലുള്ള വിടവ്
ഒരു പിന്തിരിപ്പൻ മുദ്രാവാക്യം

ഇന്ത്യയുടെയും ലോകത്തിന്റെയാകെയും ഭാവി നിർണയിക്കുന്ന തിൽ യുവതലമുറയ്ക്കുള്ള പങ്ക് അനിഷേധ്യമാണ്. അത് അംഗീകരി ക്കുക മാത്രമല്ല, യുവതലമുറയ്ക്കു സ്വന്തം കടമ നിർവഹിക്കാനാവശ്യ മായ സഹായങ്ങൾ നൽകുകകൂടി ചെയ്യുന്നത് മുതിർന്നവരുടെ കടമ യാണ്.

പക്ഷേ, ഇതിന്റെ പേരിൽ യുവതലമുറയ്ക്ക് ഇല്ലാത്ത സ്ഥാനം ഉണ്ടെന്നു അവരെ ധരിപ്പിക്കാൻ ശ്രമിക്കുന്ന പലരുമുണ്ട്. മുതിർന്നവർ മുമ്പ് ചെയ്തിട്ടുള്ളതും, ഇന്ന് ചെയ്യുന്നതുമായ എല്ലാ സേവനങ്ങളെയും തള്ളിക്കളയുക, 'യുവജനങ്ങളുടെ വഴിമുടക്കുകയാണ് മുതിർന്നവർ ചെയ്യുന്നതെന്ന് പറഞ്ഞ് മുതിർന്നവർക്കെതിരായി യുവാക്കളെ തിരിച്ചു വിടുക, വർഗസമരമടക്കമുള്ള സാമൂഹിക സംഘട്ടനങ്ങളല്ല, തലമുറ കൾ തമ്മിലുള്ള വിടവാണ് മുഖ്യസാമൂഹികപ്രശ്നമെന്ന് സിദ്ധാന്തം തന്നെ ആവിഷ്കരിക്കുക മുതലായവയാണവർ ചെയ്യുന്നത്.

സമൂഹത്തിന് പൊതുവിലോ യുവജനങ്ങൾക്ക് തന്നെയോ നന്മയല്ല ഇത്തരം പ്രചാരണത്തിന്റെ ഫലമെന്ന് ഈ പ്രചാരണത്തിലേർപ്പെടുന്ന വരെ ഓർമിപ്പിക്കാനാണ് ഈ ലേഖനത്തിൽ ഞാൻ ശ്രമിക്കുന്നത്.

ഈ പ്രചാരണം നടത്തുന്നവർ കമ്യൂണിസ്റ്റ് (മാർക്സിസ്റ്റ്) പാർട്ടിയെ തങ്ങളുടെ ആക്രമണത്തിനിരയാക്കിയിട്ടുള്ളതിനാൽ പാർട്ടിക്കാകെയും അതിന്റെ നേതാക്കളിൽപ്പെട്ട മുതിർന്ന തലമുറയ്ക്കുംവേണ്ടി ഒരു കാര്യം വ്യക്തമാക്കാൻ ഞാനാഗ്രഹിക്കുന്നു. 'തലമുറകൾ തമ്മിലുള്ള വിടവ്' എന്ന സിദ്ധാന്തം അസംബന്ധമാണെന്നാണ് ഞങ്ങളുടെ അഭിപ്രായം.

മുതിർന്നവരും ചെറുപ്പക്കാരുമായ തൊഴിലാളികൾ ഒന്നിച്ചുനിന്ന് പര സ്പരം സഹകരിച്ചുകൊണ്ടുള്ള സംഘടന കെട്ടിപ്പടുത്താൽ മാത്രമെ

മുതലാളിത്ത സമൂഹത്തിൽനിന്ന് സോഷ്യലിസ്റ്റ് സമൂഹത്തിലേക്കുള്ള പരിവർത്തനമെന്ന ഇന്നത്തെ ആഗോളമായ ചരിത്രകടമ നിറവേറ്റാൻ കഴിയൂ. ഇന്ത്യയിലാകട്ടെ, തൊഴിലാളി മുതൽ ജനാധിപത്യ സ്നേഹിയും ദേശാഭിമാനിയുമായ മുതലാളിവരെ എല്ലാ പുരോഗമന വിഭാഗങ്ങളും– അവയിലോരോന്നിലുംപെട്ട മുതിർന്നവരെന്ന പോലെ ചെറുപ്പക്കാരും– ഒന്നിച്ചുനിന്ന് പോരാടിയാൽ മാത്രമെ ഭരണകക്ഷിയുടെ ആക്രമണത്തി നിരയായ ജനാധിപത്യം സംരക്ഷിക്കാനും അതിന്റെ ഭാഗമായി സാമു ഹിക-സാമ്പത്തികാദി മേഖലകളിൽ പുരോഗതി കൈവരുത്താനും കഴി യുകയുള്ളൂ.

അതായത് ആഗോളമായി മുതലാളിത്ത–സോഷ്യലിസ്റ്റ് സമൂഹങ്ങൾ തമ്മിലും ഇന്ത്യയിൽ ബഹുഭൂരിപക്ഷം ജനങ്ങൾ, ഒരു ചെറു ന്യൂനപക്ഷം മാത്രം വരുന്ന മേധാവി വർഗം എന്നിവർ തമ്മിലുമാണ് സംഘട്ടനം. ഈ സത്യം മറച്ചുവെക്കാൻ മാത്രമേ 'തലമുറകൾ തമ്മിലുള്ള വിടവ്' സംബന്ധിച്ച സിദ്ധാന്തം പ്രയോജനപ്പെടുകയുള്ളൂ.

ഈ കാഴ്ചപ്പാടിൽനിന്നുകൊണ്ട് മുതിർന്ന തലമുറക്കാരായ എന്നെ പ്പോലുള്ളവരുടെ ഭൂതകാലചരിത്രവും ഇന്നത്തെ പ്രവർത്തനവും പരി ശോധിക്കുന്ന ഒരാളും ഞങ്ങളുടെ തലമുറ യുവതലമുറയുടെ മുമ്പിൽ വഴിമുടക്കി കിടക്കുകയാണെന്ന ആക്ഷേപം ഉന്നയിക്കുമെന്നു തോന്നു ന്നില്ല.

ഇന്ത്യയെ വിദേശീയ മേധാവിത്വത്തിൽനിന്ന് മോചിപ്പിക്കാൻ മൂന്ന് ഖണ്ഡങ്ങളായി കിടന്നിരുന്ന കേരളത്തെ ഒന്നിപ്പിക്കൽ, ജാതി–മതാദി ശിഥിലീകരണശക്തികളെ വേരോടെ പിഴുതെറിഞ്ഞ് ജാതിരഹിതവും മതനിരപേക്ഷവുമായ ഒരു പുത്തൻ സമൂഹം കെട്ടിപ്പടുക്കാനുള്ള സമരം സംഘടിപ്പിക്കൽ, അതിജീർണമായ നമ്മുടെ സാംസ്കാരിക മേഖലയെ നവീകരിക്കൽ മുതലായ കാര്യങ്ങളിൽ ഞങ്ങൾ നൽകിയ എളിയ സംഭാ വനകൾ സത്യത്തോട് കൂറുപുലർത്തുന്ന ആർക്കെങ്കിലും നിഷേധിക്കാൻ കഴിയുമെന്ന് തോന്നുന്നില്ല.

എല്ലാറ്റിലും മീതെ, ഈ പ്രവർത്തനത്തിന്റെയെല്ലാം കേന്ദ്രമെന്ന നിലയ്ക്ക് തൊഴിലാളികൾ, കൃഷിക്കാർ മുതലായ അധ്വാനിക്കുന്ന ബഹു ജനങ്ങളിൽ വർഗബോധവും സംഘടനയും വളർത്തി അവരെ സംഘടി പ്പിക്കുന്നതിൽ ഞങ്ങൾ വഹിച്ച പങ്കും ഞങ്ങൾക്കഭിമാനിക്കാൻ വക നൽകുന്നു.

നാലഞ്ച് പതിറ്റാണ്ടുകാലമായി വിവിധ മേഖലകളിലായി ഞങ്ങൾ ചെയ്ത ഈ പ്രവർത്തനങ്ങളുടെകൂടി ഫലമാണ് ഇന്ന് ഇന്ത്യയിലാ കെയും കേരളത്തിലും രൂപംകൊണ്ടുവരുന്ന യുവജനപ്രസ്ഥാന, വിദ്യാർത്ഥിപ്രസ്ഥാനം മുതലായവയെന്ന് തെല്ല് കൃതാർഥതയോടെ പറ യാനെനിക്ക് മടിയില്ല. ഞങ്ങൾ തുടങ്ങിവെച്ച കാലത്തുണ്ടായിരുന്നതി നെക്കാൾ ആഴവും പരപ്പും ഇന്നത്തെ വിദ്യാർഥിപ്രസ്ഥാനത്തിനും യുവ ജനപ്രസ്ഥാനത്തിനും ഉണ്ടെന്ന സത്യം ഞങ്ങളും നിഷേധിക്കുകയില്ല.

പ്രസ്ഥാനത്തിനാകെയുണ്ടായിട്ടുള്ള ഈ അഭിവൃദ്ധിയെ അങ്ങേയറ്റം അഭിമാനത്തോടും സന്തോഷത്തോടും കൂടിയാണ് ഞങ്ങൾ കാണുന്നത്. അതിനിയും മുമ്പോട്ട് കൊണ്ടുപോവാൻ സഹായിക്കുന്ന എന്തും ചെയ്യുക, അതിന്റെ വളർച്ച തടയുന്നതൊന്നും ചെയ്യാതിരിക്കുക–ഈ രണ്ട് കാര്യങ്ങളിലും ഞങ്ങൾ പ്രത്യേകം ശ്രദ്ധിക്കുമെന്ന് യുവ സുഹൃത്തുക്കൾക്കുറപ്പിക്കാം.

ഞങ്ങൾ തുടങ്ങിവെച്ചത് കൂടുതൽ നന്നാക്കാൻ അവർക്ക് കഴിയണമെന്ന ആഗ്രഹത്തോടെയാണ് കോഴിക്കോടുവെച്ച് ചേരുന്ന അഖിലേന്ത്യാ യുവജനസമ്മേളനത്തിന് ഞാൻ ആശംസകൾ നേരുന്നത്.

സഹകരിക്കാവുന്ന മേഖലകൾ

ഞങ്ങളുടെ ഭൂതകാല സംഭാവനകൾ മാത്രമല്ല ഇന്നത്തെ പ്രവർത്തനവും യുവതലമുറയുടെ ക്രമീകൃതമായ വളർച്ചയ്ക്ക് സഹായകമാണെന്നാണ് എന്റെ അഭിപ്രായം. ഇത് വ്യക്തമാക്കുന്നതിന് യുവജനങ്ങളടക്കം മനുഷ്യസമൂഹമാകെയും ഇന്ത്യക്കാരായ നാമും എന്തെന്തു മുഖ്യപ്രശ്നങ്ങൾ നേരിടുന്നു. അവയ്ക്ക് പരിഹാരം കാണുന്നതിൽ യുവതലമുറയ്ക്കും ഞങ്ങൾക്കും എങ്ങനെ സഹകരിക്കാൻ കഴിയും എന്ന് സംക്ഷിപ്തമായി വിവരിക്കാം.

മനുഷ്യസമൂഹമാകെ ഇന്ന് നേരിടുന്ന മുഖ്യപ്രശ്നമാണ് അമേരിക്കൻ സാമ്രാജ്യാധിപത്യത്തിന്റെ നേതൃത്വത്തിൽ നടക്കുന്ന അണ്വായുധ യുദ്ധസംരംഭങ്ങൾ. ലോകജനതയാകെ യോജിച്ച് ഈ സംരംഭങ്ങളെ തടഞ്ഞില്ലെങ്കിൽ മനുഷ്യ സമൂഹമാകെ മാരകമായ അണ്വായുധാക്രമണങ്ങളെ നേരിടേണ്ടിവരും.

ഈ ആപത്തൊഴിവാക്കുന്നതിനു മറ്റെല്ലാ രാജ്യങ്ങളിലും വ്യാപകമായ ബഹുജനസമാധാന പ്രസ്ഥാനങ്ങൾവളർന്നുകൊണ്ടിരിക്കുന്നു. അത് ഇന്ത്യയിൽ വളർത്തുന്നതിന് എളിയ ചില ശ്രമങ്ങൾ ഇവിടെയും നടക്കുന്നുണ്ട്. ഇതു കൂടുതൽ ശക്തിപ്പെടുത്തുന്നതിൽ തലമുറകൾ തമ്മിലുള്ള വിടവ് തടസമായിക്കൂടാ.

ആഗോളമായ സമാധാനപ്രസ്ഥാനവും മുതലാളിത്തത്തിൽനിന്നു സോഷ്യലിസത്തിലേക്കുള്ള പരിവർത്തനവും പരസ്പരം ബന്ധപ്പെട്ടാണു കിടക്കുന്നത്. അണ്വായുധങ്ങളുപയോഗിച്ചുകൊണ്ടുള്ള യുദ്ധം ആസൂത്രണം ചെയ്യുന്നവർ സോഷ്യലിസത്തിന്റെ വളർച്ച തടയുകയെന്ന ലക്ഷ്യത്തോടെയാണ് പ്രവർത്തിക്കുന്നത്. അണ്വായുധയുദ്ധം സംഘടിപ്പിക്കുന്നവരുടെ മുന്നണിയിൽ നിൽക്കുന്ന സാമ്രാജ്യമേധാവികളാരും ഈ സത്യം മറച്ചു വെച്ചിട്ടില്ല. 'കമ്യൂണിസത്തിനെതിരായ കുരിശു യുദ്ധ'ത്തിന്റെ ഭാഗമാണ് അണ്വായുധയുദ്ധമെന്ന തന്റെ നിലപാട് അമേരിക്കൻ പ്രസിഡന്റ് റീഗൻ വെട്ടിത്തുറന്നുതന്നെ വ്യക്തമാക്കുന്നു.

സോഷ്യലിസ്റ്റ് ലോകത്തിന്റെ നേതാക്കളാകട്ടെ, യുദ്ധരഹിതമായ ലോകപരിതഃസ്ഥിതിയിൽ മാത്രമെ സോഷ്യലിസ്റ്റു വ്യവസ്ഥ പടിപടി

യായി ഈ ഭൂഗോളത്തിലാകെ വ്യാപിക്കുകയുള്ളുവെന്ന ദൃഢവിശ്വാസം പ്രകടിപ്പിക്കുന്നു. യുദ്ധം ഒഴിവാക്കുക, സമാധാനം ഉറപ്പിക്കുക എന്നിവയ്ക്ക് സോഷ്യലിസ്റ്റ് പരിവർത്തനങ്ങൾ ത്വരിതപ്പെടുത്തുന്ന ജോലിയോടുള്ള അഭേദ്യബന്ധം മനസിലാക്കി സാർവലൗകികമായ സോഷ്യലിസ്റ്റ് പരിവർത്തനത്തിനുവേണ്ടി യുവ–വൃദ്ധ വ്യത്യാസമില്ലാതെ നമുക്കെല്ലാം സഹകരിച്ചു പ്രവർത്തിക്കാൻ കഴിയും.

സാമ്രാജ്യമേധാവികളുടെ നീക്കങ്ങൾക്കെതിരെ

യുദ്ധ സംഘാടകരായ സാമ്രാജ്യവാദികളുടെ ബഹുമുഖാക്രമണങ്ങൾക്കിരയാവുന്ന മൂന്നാം ലോക രാജ്യങ്ങളുടെ കൂട്ടത്തിൽ ഇന്ത്യയും പെടുന്നു. അമേരിക്കൻ നേതൃത്വത്തിലുള്ള സാമ്രാജ്യകോയ്മകൾ ഇന്ത്യയടക്കമുള്ള ഏഷ്യ–ആഫ്രിക്കൻ–ലാറ്റിനമേരിക്കൻ രാജ്യങ്ങളുടെ പുരോഗതിയും നവീകരണവും തടയുക മാത്രമല്ല, അവയ്ക്കെതിരായി സൈനികമായ കടന്നാക്രമണങ്ങൾ തന്നെ നടത്തുന്നുവെന്നതാണു സത്യം. ഗ്രനഡ, അംഗോള മുതലായി മറ്റു ഭൂഖണ്ഡങ്ങളിലുള്ള രാജ്യങ്ങൾക്ക് മാത്രമല്ല ഇന്ത്യക്കുതന്നെ ഏറ്റവും വിപൽക്കരമായ നീക്കങ്ങളാണ് അമേരിക്കൻ സാമ്രാജ്യാധിപത്യം നടത്തിക്കൊണ്ടിരിക്കുന്നത്.

നമ്മുടെ അയൽരാജ്യമായ പാകിസ്ഥാനിലെ പട്ടാളമേധാവികളെ ആയുധമണിയിച്ചും നമ്മുടേതിനു തൊട്ടുകിടക്കുന്ന ഇന്ത്യാ വൻകടലിൽ അണ്വായുധം ഘടിപ്പിച്ച പടക്കപ്പലുകളെ സജ്ജീകരിച്ചും നമ്മുടെ രാജ്യത്തിനകത്തുള്ള ശിഥിലീകരണ ശക്തികൾക്ക് സർവവിധ പ്രായോഗിക സഹായങ്ങളും നൽകിയും നമ്മുടെ ദേശീയ സുരക്ഷിതത്വം, ഐക്യം, ഉദ്ഗ്രഥനം എന്നിവയെ ഒരു ഘോരവിപത്തിലേക്കു തള്ളിനീക്കിക്കൊണ്ടിരിക്കുകയാണ് സാമ്രാജ്യമേധാവികൾ. ഈ നീക്കങ്ങളെ എതിർക്കുന്നതിലും തലമുറകൾ തമ്മിലുള്ള വിടവ് ഒരു പ്രശ്നമേയല്ല.

ജനങ്ങൾക്കുനേരെയുള്ള ആക്രമണങ്ങൾക്കെതിരെ

നമ്മുടെ രാജ്യത്തെ ആഭ്യന്തരസ്ഥിതിഗതികളെടുത്താലാകട്ടെ, ഭരണവർഗങ്ങളിൽവെച്ചേറ്റവും പിന്തിരിപ്പൻ വിഭാഗങ്ങളിൽപ്പെട്ട വൻകിട ഭൂപ്രഭുക്കളും കുത്തക മുതലാളിമാരും ബഹുജനങ്ങൾക്കെതിരായി ക്രൂരമായ കടന്നാക്രമണങ്ങൾ നടത്തിക്കൊണ്ടിരിക്കുകയാണ്. ഈ ആക്രമണത്തിനു പൂർണമായ സഹായം നൽകുന്നതിനു പുറമെ, ജനങ്ങളുടെ സംഘടിത പ്രസ്ഥാനങ്ങൾക്കെല്ലാം എതിരായി ആഞ്ഞടിക്കുകകൂടി ചെയ്യുന്ന ഒരു ഗവൺമെന്റാണ് കേന്ദ്രത്തിലുള്ളത്. ഇതിനെതിരായി പരിമിതമായ ചെറുത്തു നിൽപ്പെങ്കിലും നടത്തുന്ന ഏതാനും സംസ്ഥാന ഗവൺമെന്റുകളെ മറിച്ചിടാനുള്ള നീക്കങ്ങളും കേന്ദ്ര ഭരണകക്ഷി നടത്തിക്കൊണ്ടിരിക്കുകയാണ്. ഇതിനെ ചെറുത്തു നിൽക്കുന്നതിൽ താൽപ്പര്യമുള്ള ഇടതുപക്ഷ പാർട്ടികളും മറ്റു ജനാധിപത്യവാദികളും കൂടുതൽ കൂടുതൽ സംഘടിതരായി മുന്നേറുകയാണ്. ഈ പ്രവണതയ്ക്ക് ശക്തി

കൂട്ടത്തക്കനിലയ്ക്കാണ് കമ്യൂണിസ്റ്റ് (മാർക്സിസ്റ്റ്) പാർട്ടി അടക്കമെുള്ള ഇടതുപക്ഷ പാർട്ടികൾ അഖിലേന്ത്യാതലത്തിലും കേരളത്തിലും പ്രവർത്തിക്കുന്നത്. ഇത് കൂടുതൽ കൂടുതൽ വിജയകരമായി മുന്നേറു കയാണെന്നതിന്റെ തെളിവാണ് വിജയവാഡ മുതൽ കൽക്കത്തവരെ നടന്ന അഖിലേന്ത്യാ പ്രതിപക്ഷ സമ്മേളനങ്ങളും കേരളത്തിലെ ഇട തുപക്ഷ–ജനാധിപത്യമുന്നണിയും.

ഈ പ്രവർത്തനങ്ങളിലെല്ലാം മുമ്പെന്നപോലെ ഇന്നും എളിയ സംഭാവനകൾ നൽകാൻ കഴിവുള്ളവരും ആ കഴിവ് അങ്ങേയറ്റം ഉപ യോഗപ്പെടുത്തുന്നവരും ആണ് എന്റെ തലമുറയെന്നു ഞാനവകാശപ്പെ ടുന്നു. ഭൂതകാലപ്രവർത്തനത്തിൽനിന്നു ഞങ്ങൾ നേടിയ അനുഭവ പരി ജ്ഞാനവും പരിചയവും യുവതലമുറയ്ക്കു മുതൽക്കൂട്ടായി ഞങ്ങൾ ജീവിച്ചിരിക്കുന്ന കാലത്തോളം പ്രയോജനപ്പെടുമെന്നാണ് എന്റെ വിശ്വാസം.

അതേയവസരത്തിൽ ഞങ്ങൾ തുടങ്ങിവെച്ച കാലത്തെക്കാൾ ആഴവും പരപ്പുമുള്ളതാണ് ഇന്നത്തെ പ്രസ്ഥാനമെന്നും അതിനെ പുരോ ഗമിപ്പിക്കുന്നതിൽ ഇന്ന് ഞങ്ങളെക്കാൾ കൂടുതൽ സംഭാവനകൾ നൽകാൻ യുവതലമുറകൾക്ക് കഴിയുമെന്നും പറയാനെനിക്കു മടിയില്ല. അങ്ങനെ ഇരുതലമുറകളും താന്താങ്ങളുടെ കഴിവുകൾ പരമാവധി ഉപ യോഗപ്പെടുത്തി മുമ്പോട്ടു പോകേണ്ടതെങ്ങനെയെന്നതാണ് ഇന്നത്തെ പ്രശ്നമെന്നു ഞാൻ കരുതുന്നു. ഇതിനെ തടയുന്ന സമീപനമാണ് 'തല മുറകൾ തമ്മിലുള്ള വിടവ്' സംബന്ധിച്ച വാദഗതിയിലടങ്ങിയിട്ടുള്ളത്.

യുവധാര, മാർച്ച്–ഏപ്രിൽ 1992

9 789383 155484